D1763772

வாசந்தி சிவசங்கர் படுகோணே

சினிமா நடிகர் குருதத்தின் தாய். எழுத்தாளர். பர்மாவில் மிதிலா என்ற ஊரில் 1908 மே 25 அன்று பிறந்தார். தந்தை அண்ணாஜி ராவ் பைந்தூர், தாய் ராதாபாய். இவர் தாய்மொழி கொங்கிணி. ஆரம்பப்பள்ளி வரை மட்டுமே கல்வி கற்றவர். சிவஷங்கராய படுகோணேயுடன் பால்யத்திலேயே திருமணம் நடந்தது.

இவரது இளமைக்காலம் மிகவும் வறுமையாக இருந்தது. உறவினர்களின் உதவியுடன் வாழவேண்டிய நிலைமை. மகன் குருதத்துடன் சேர்ந்து மெட்ரிக் தேர்வு எழுதினார். தையல், பின்னல் போன்றவற்றில் தேர்ச்சி பெற்றிருந்தார். மூன்று மகன்கள் குருதத், ஆத்மாராம், விஜய், லலிதா லஜ்மி மகள்.

பெங்களூரில் இருந்த பொழுது இந்தி கற்று, பிரவேஷ தேர்வில் அதிக மதிப்பெண்கள் வாங்கி காந்தியிடமிருந்து பரிசு பெற்ற அசாதரணப் பெண்மணி. மும்பை தேசியக் கல்வி நிறுவனத்தில் சில காலம் ஆசிரியையாகப் பணியாற்றினார். கன்னடத்தில், ‘மிதுன லக்னம்’, ‘கர்மசாரி’, ‘ஜீவன ஹோராடா’ போன்றவை அவருடைய நூல்கள். ‘நகவேணி’, ‘ஆசெய கண்ணு’ மொழிபெயர்ப்பு நூல்கள்.

வாசந்தி படுகோணே காந்தியின் தாக்கத்தால் பல சுதந்திரப் போராட்டங்களில் பங்குபெற்றார். மராட்டி, இந்தி, பெங்காலி, தெலுங்கு, தமிழ், கன்னடம், இங்கிலிஷ் ஆகிய ஏழு மொழிகளில் எழுதப் படிக்கத் தெரியும்.

1995 ஏப்ரல் 1 அன்று மறைந்தார்.

என் மகன் குருதத்

வாசந்தி படுகோணே

தமிழில்

கே. நல்லதம்பி

எதிர்
வெளியீடு

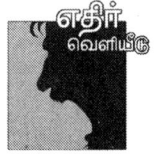

என் மகன் குருதத்
வாசந்தி படுகோணே
தமிழில்: கே. நல்லதம்பி

முதல் பதிப்பு: ஜனவரி 2024

எதிர் வெளியீடு,
96, நியூ ஸ்கீம் ரோடு, பொள்ளாச்சி - 642 002
தொலைபேசி: 04259 - 226012, 99425 11302

விலை: ரூ. 180

En Magan Guru dutt
Vasanthi Padukone
Translated by K. Nallathambi

Copyright © Lalitha Lajmi & K. Nallathambi
First Edition: January 2024

Published by
Ethir Veliyeedu, 96, New Scheme Road, Pollachi - 2
email: ethirveliyedu@gmail.com
www.ethirveliyeedu.com

ISBN: 978-81-19576-08-1
Cover Design: Lark Bhaskaran
Printed at Jothy Enterprises, Chennai.

All rights reserved. No part of this book may be reprinted or reproduced or utilised in any form or by any electronic, mechanical or other means, now known or hereafter invented, including Photocopying and recording, or in any information storage or retrieval system, without permission in writing from the Publisher.

கே. நல்லதம்பி

பிறப்பு மைசூரில். படிப்பு B.A.வரை. ஒரு தனியார் கம்பெனியில் வியாபாரப் பிரிவின் அகில இந்திய மேலாளராக 35 வருடங்கள் வேலை பார்த்து, ஓய்வுபெற்றவர். நிழற்படக் கலையில் ஆர்வமிக்கவர். பல உலக மற்றும் தேசியக் கண்காட்சிகளில் இவரது நிழற்படங்கள் பார்வைக்கு வைக்கப்பட்டு, பல பரிசுகளும் பெற்றிருக்கின்றன. இந்தியா லலித கலா அகாதமியில் இவரது 6 புகைப்படங்கள் நிரந்தர அருங்காட்சியகத்தில் இருக்கின்றன. கன்னடத்திலிருந்து தமிழுக்கும், தமிழிலிருந்து கன்னடத்திற்கும் கவிதைகள், சிறுகதைகள், கட்டுரைகளை மொழிபெயர்த்துள்ளார். அவை பல கன்னட மற்றும் தமிழ் இதழ்களில் வெளியாகியுள்ளன.

குவெம்பு பாஷா பாரதி வெளியீடுகளான பெரியார் விசாரகளு (2017), தெங்கனமஹிளா லேககரு (2016), நிச்சம் பொசது (2016) தொகுப்புகளில் பல தமிழ்க் கட்டுரைகளை கன்னடத்திற்கு மொழிபெயர்த்துள்ளார். குவெம்பு பாஷா பாரதிக்காக – சங்கக் கவிதைகள் சிலவற்றை கன்னட எழுத்தாளர் திருமதி லலிதா சித்தபசவய்யாவுடன் இணைந்து மொழிபெயர்த்திருக்கிறார்.

கன்னடத்திலிருந்து தமிழுக்கு 25 நூல்களையும் தமிழிலிருந்து கன்னடத்திற்கு 15 நூல்களையும் மொழிபெயர்த்துள்ளார். கன்னடத்தில் இவருடைய 'கோஷிஷ் கவிதைகள்' என்ற கவிதைத் தொகுப்பொன்றும் வெளியாகியுள்ளது. கன்னடம், தமிழ் இரண்டிலும் சிறுகதைத் தொகுப்பு ஒன்று வெளிவந்துள்ளது.

விருதுகள்:

1. திசை எட்டும் – மொழியாக்க விருது – ஒரு புளியமரத்தின் கதை (சுந்தர ராமசாமி) கன்னடத்திற்கு. (2018)
2. கனவு சுப்ரபாரதி மொழியாக்க விருது (2019)
3. ஸ்பேர்ரோ டிரஸ்ட் – மொழியாக்க விருது (2020)

4. சாகித்திய அகாதமி 2022 – சிறந்த மொழியாக்க விருது – 'யாத்வஷேம்'
5. குவெம்பு பாஷா பாரதி பிரதிகாரா கர்நாடகா – 'கௌரவ விருது' (2022)

1. கர்நாடக சாகித்திய அகாதமி உறுப்பினர் (2020-21)
2. Tamilnadu Translation Grant உறுப்பினர் 2023-24

தற்போது பெங்களூரில் வசிக்கிறார்.

ஆசிரியரின் சொல்

'நடந்து வந்த வழி'யின் (1957-58) தருணம் மும்பைக்குப் போனபோது கன்னடக் கலைஞர்களை அறிமுகப்படுத்தும் நூல்களை பிரசுரிக்கும் நோக்கத்துடன் பலரை சந்திக்க முயற்சித்தோம். அப்போது ஸ்ரீ.நா. தேசாயி மற்றும் வி.கே. மூர்த்தியின் வழியாக மறைந்த குருதத் பற்றியும் எழுதச் சொல்ல நினைத்திருந்தோம். திருமதி லலிதா லஜ்மி பல படங்களை அனுப்பி இருந்தார். ஆனால் போட முடியவில்லை. பிறகு கடிதப் போக்குவரத்து குறைந்தது. இதற்கு இடையே குருதத்தின் மரணமும் நடந்தது. கடைசியில் வாசந்தி தன் மகனின் வாழ்க்கை வரலாறை எழுதி இருந்தார். அதை அனுப்பிக் கொடுத்தார். பிரசுரிக்க தாமதமானது. கடந்த அக்டோபர் சமயம் பிரசுரிக்க முயற்சி செய்தாலும் ஈடேறவில்லை. எல்லாவற்றிற்கும் காலம் கூடி வரவேண்டும். வாசந்தி பொறுமையுடன் சகித்துக்கொண்டார்; அவருக்கு எங்கள் நன்றி.

குருதத் தம்பி ஸ்ரீ ஆத்மாராம் குருதத்தைப் பற்றி நான்கு வார்த்தை எழுதி தன் நெருக்கத்தை வெளிப்படுத்தி இருக்கிறார். அவருக்கும் நன்றி.

இந்தப் புத்தகத்திற்கு ஸ்ரீ கிரிஷ் கார்னாட் முன்னுரை எழுத சம்மதித்திருந்தாலும், எழுதும் வேலையைத் தொடங்க நேரம் கிடைக்காமல், எப்படியோ நேரம் ஒதுக்கி முன்னுரையை எழுதிக்கொடுத்தார். இந்த நூலுக்கு அவர் முன்னுரை பொருத்தமாக இருந்தது. எங்கள் நெஞ்சார்ந்த நன்றிகள்.

ஸ்ரீ ஆர்யா எப்போதும்போல அழகான அட்டைப் படத்தை கொடுத்திருக்கிறார். பாரத பிரிண்டிங் பிரஸ் அட்டைப் படத்தை அச்சடித்துக் கொடுத்ததற்கு நன்றி. இந்த நூல் வெளிவர பலர் பலவகையில் உதவி இருக்கிறார்கள், அவர்கள் எல்லோருக்கும் நன்றிகள்.

ஆசிரியர்
மனோகரா கிரந்தமாலா
தாரவாட்
மார்ச், 1976

அறிமுகம்

என் அம்மாவின் திறமைகளை நினைத்தால் எனக்கு எப்போதும் வியப்பாக இருக்கும். பள்ளிக்கு அவள் என்றும் சென்றவள் இல்லை; போயிருந்தால் மிகக் குறுகிய காலத்திற்குப் போயிருக்கலாம். பன்னிரெண்டாம் வயதிலேயே திருமணம் செய்துகொண்டாள்; பதினாறில் குழந்தைகளைப் பெற்றெடுக்கத் தொடங்கினாள். பொருளாதார பிரச்சினையால் கற்பிக்கும் வேலையில் ஈடுபட்டாள். கற்பித்துக்கொண்டே தானும் கற்றாள். தேர்வுகளையும் எழுதி தேர்ச்சியடைந்தாள். இந்தி மொழியில் பாஷாவிஷாரதா முடித்தாள்; கல்கத்தா பல்கலைக் கழகத்தில் மெட்ரிக் தேர்ச்சி அடைந்தாள் - 1941 இல்; அதையும் தன் மகன் குருதத்துடன் சேர்ந்தே! அப்போது குருதத்திற்கு பதினாறு வயது. 1942இல் ரூயியா கல்லூரியில் 'டீச்சிங் டிப்ளோமா' பெற்றாள். இவைகளை எல்லாம் 'வீட்டுப் பாடம்' சொல்லிக் கொடுத்துக்கொண்டே, பள்ளியில் ஆசிரியையாக வேலை செய்துகொண்டே, சம்பாதித்து, ஐந்து பிள்ளைகளின் குடும்பத்தையும் நடத்திக்கொண்டே சாதனை செய்தாள். நேரம் கிடைக்கும் பொழுது சிறிய அளவில் சமுதாய சேவையும் செய்தாள். ஏழு மொழிகளை எளிதாக நன்றாகப் பேசுவாள்; மராட்டி, வங்காளம், இந்தி, தெலுங்கு, தமிழ், ஆங்கிலம், கன்னடம்; இது மட்டுமல்லாமல் கொங்கினியும். விமலமித்ரா, ஜராசந்தா, பனிரே புத்தகங்களை கன்னடத்திக்கு மொழிபெயர்த்திருக்கிறாள். இவர்கள் வங்க மொழியில் சுதந்திரமாக எழுதும் புகழ் பெற்ற புனைக்கதை எழுத்தாளர்கள்.

இப்போது அறுபத்தி ஏழு வயதாகி இருந்தாலும் மிகவும் சுறுசுறுப்பாக இருக்கிறாள்; படிக்கிறாள், சினிமா, நாடகம் பார்க்கிறாள்; சங்கீதா கச்சேரிகளுக்குப் போய்

சலிப்படையாமல் கேட்கிறாள். எப்போதும் ஏதாவது வேலையை செய்துகொண்டே இருப்பாள். வங்காளம், கன்னடம், மராட்டி, இந்தி, ஆங்கிலம் நாவல்களைப் படித்து, பிடித்திருந்தால் 'படம் எடுக்க' தகுதியாகத் தெரிந்தால் தொகுத்து எனக்குச் சொல்லுவாள். நேற்றுவரை எங்கள் வீட்டில் இருந்தபொழுது வேலை ஒன்றும் இல்லை என்றபோது நான் குருதத்தைப் பற்றிய உன் நினைவுகளை ஏன் எழுதக் கூடாது என்று கேட்டேன். அதுவே போதுமானது. உடனே எழுதத் தொடங்கினாள். அதைப் பார்த்து மகிழ்ச்சியானது.

குருதத் தலை மகன்; செல்லமும் கூட. அவன் வாழ்க்கையைப் பற்றி, எங்கள் குடும்பத்தைப் பற்றி, தன்னைப் பற்றி சங்கோசப்படாமல், திறந்த - மொழியில் நேர்மையான தோரணையில், நோக்கமற்ற எண்ணங்களுடன் தன் உணர்வுகளை தன் நினைவுப் படலத்தில் வரைந்திருக்கிறாள். குருதத் ரசிகர்களுக்கு ஆர்வத்தை ஏற்படுத்தும் வகையில் இருக்கிறது அவள் எழுத்து. குருதத் தற்போது வரலாற்றில் இணைந்து கதையாகிப் போனவன். அவனைப் பற்றி இதுவரை இருவர் நூல்களை வெளியிட்டிருக்கிறார்கள். என் அம்மா எழுதிய நூல் மூன்றாவது; அதிசயமானதும் கூட.

என் வீடு, என் பால்யத்தை நினைக்கும்பொழுது எனக்கு எழுதவேண்டும் என்று தோன்றுகிறது. அதை என்றாவது ஒருநாள் எழுதியே தீருவேன். ஆனால் 1961இல் இறந்த என் அப்பாவைப் பற்றி இங்கே சொல்லாவிட்டால் என் கடமையிலிருந்து நான் தவறியவனாவேன். என் அப்பா இந்த நடைமுறை வாழ்க்கைக்கு ஒத்துப்போகாத மனிதர். வெகுளி குணம். எப்போதும் கறாராகப் பேசுபவர். அதனால் வாழ்க்கை முழுவதும் ஒரு வியாபார கம்பனியில் கணக்கராகவே உழைத்தார். ஆனால் அவரிடம் அதிரச் செய்யும் எழுத்தாளனின் திறமை இருந்தது. கவிதைகள் எழுதி இருந்தார்; ஆங்கிலத்தில் கட்டுரைகளை எழுதி இருந்தார். குருதத் தன் அப்பாவின் இலட்சிய குணத்தையும், அம்மாவின் கலை உணர்வையும், வாழ்க்கை உற்சாகத்தையும் பரிசாகப் பெற்றவன். குருதத் எடுத்த படங்கள் அவன் மறைந்த பிறகும் இருக்கின்றன. மேலும் இருக்கும். மக்கள் மனதிற்கு நெருக்கமாகவும் இருக்கும். அதனால் வாசகர்கள், என் அம்மா தன்னுடைய அன்பான மகனைப் பற்றி நினைவுகூறும் இந்த எழுத்தை படியுங்கள்; குருதத்தின் ஆளுமையையும் அவன் உருவாக்கிய மறக்கமுடியாத சினிமாக்களையும் பாருங்கள்.

- ஆத்மாராம்

முன்னுரை

எங்கள் கடிதப் போக்குவரத்து தொடங்கிய சுமார் ஒன்றரை ஆண்டுகளுக்குப் பிறகு எனக்கு திருமதி வாசந்தி படுகோனைச் சந்திக்க முடிந்தது. அவருடைய முதல் கடிதத்தைப் படித்ததும் இவர் மிகவும் அறிமுகமானவர் என்று தோன்றியது. மும்பையில் 'சம்ஸ்காரா' படத்தைப் பார்த்து எழுதி இருந்தார். 'நான் குருதத்தின் அம்மா' என்று தொடங்கிய கடிதம் படத்தை பாராட்டி, தவிர்க்கமுடியாதது என்பதைப்போல குருதத்தைப் பற்றிய விவரங்களைப் பேசியது. இதுபோன்ற படங்களைப் பார்க்கும் பொழுதெலாம் மறுதலிக்கும் மகனின் நினைவு, அவன் கலை உணர்வு, பொருள் நிறைந்த படங்களை செய்யவேண்டும் என்று அவனுக்கு இருந்த விருப்பம், அவன் மரணத்தால் நின்றுபோன பல திட்டங்கள்.

அந்தக் கடிதத்தை நான் வைத்துக் கொள்ளவில்லை. ஆனால் கடிதத்தின் கடைசியில் இருந்த சில வார்த்தைகள் இன்னும் நினைவில் இருக்கின்றன. 'நாங்கள் சிறுவர்களாக இருந்த பொழுது எங்களுக்கு சரியான கல்வி கிடைக்கவில்லை. வழிகாட்டல் இல்லை. எதையாவது செய்யலாம் என்றால் குறுக்கே வந்தவர்கள்தான் அதிகம். அப்போது யாராவது தட்டிக்கொடுத்து ஊக்கமளித்திருந்தால் நாங்கள் எதை எதையோ செய்திருக்கலாம் - எதையாவது சாதித்திருக்கலாம்.'

எனக்கு மிகவும் அறிமுகமானதாகத் தோன்றியது அந்த வார்த்தை, அந்த தொனி, அந்த வருத்தம், ஒரு தலைமுறையையே பிரநிதிக்கும் பண்மையின் 'நாம்' - இப்போது எழுபது - எண்பதுகளின் வாசலில் நிற்கும் சாரஸ்வத பெண்களின் முழு தலைமுறைகளின் அழுகை இந்த வார்த்தையில் இருந்தது.

இந்தப் புத்தகத்தின் விஷயம் திரைப்பட நடிகன், இயக்குனன் குருதத். அநேகமாக நான் திரைப்பட உலகில் இருந்ததால், என் திரைபடங்கள் திருமதி படுகோனேக்கு பிடித்திருந்ததால் என்னை முன்னுரை எழுதச் சொல்லி இருக்கலாம். ஆனால் இந்த 'நினைவுப் படங்களை' படிக்கும்போது என்னை தூண்டியது இவைகளின் பின்னனியில் தெரியும் சமுதாய அவலம்.

பத்தொன்பதாம் நூற்றாண்டின் கடைசி பகுதிவரை 'சித்ராபுரா' சாரஸ்வத சமுதாயம் குமடா - மங்களூர் இடையேயான பகுதியில் நிலைத்திருந்தது. சில விதிவிலக்குகளை விட்டால் அதிகமாக சாரஸ்வதர்கள் ஏழைகள். தொழில், வியாபாரம் செய்யும் திறமை கிடையாது, நில புலன்களை கவனித்துக்கொள்ளும் சக்தி கிடையாது. எப்படியோ ஆங்கில சாம்ராஜ்ஜியம் வலுவாக நிலையூன்றி கணக்கர்களின் அரசாங்கம் தொடங்கியபோது, வேலை செய்யும் ஒரே ஒரு கலை தெரிந்திருந்த சாரஸ்வதர்கள் புலம் பெயர்ந்து பெரிய நகரங்களை நோக்கி - முக்கியமாக மும்பை, புனே பக்கம் - புறப்பட்டார்கள்.

சாதி மக்கள் தொகை சிறியது. புதிதாக தொடங்கிய நிலையற்ற திரிதல் மற்றும் அதனுடனேயே வந்த நகர வாழ்க்கை இவைகளின் விளைவாக முழு சமுதாயத்தின் வாழ்க்கை முறைகள் மேம்படத் தாமதமாகவில்லை. நல்ல வேலை ஒன்றே நோக்கம் என்ற பிறகு அதன் குறுக்கே வந்த சம்பிரதாய பழக்க வழக்கங்களை விலக்கி வைப்பதும் கடினமாகவில்லை. இதற்கு ஒரு எடுத்துக்காட்டு போதுமானது. கடல் பயணத்தை மடம் தடை செய்திருந்தது. ஆனால் நல்ல வேலைக்காக இங்கிலாந்துக்குப் பயணிப்பது அவசியமானது. வெளிநாடு பார்க்க போய்வந்த அவர் உறவுக்காரர்களில் பாதி சமுதாயத்தில் இருந்தும் சாதியில் இருந்தும் விலக்கி வைக்கப்பட்டார்கள். ஆனால் இதனால் மடத்தின் பொருளாதாரம் குறைந்ததே தவிர, அவசரப்பட்டவர்களின் மனம் வருந்தியதாக துளியும் தெரியவில்லை. கடைசியாக மடமே தோல்வியை ஒத்துக்கொண்டு தடையை நீக்கவேண்டியதானது.

புதிய விஷயங்களின், புதிய விருப்பங்களின் காற்று சமுதாயத்தில் ஏற்பட்டது என்னமோ உண்மை. ஆனால் சமுதாயம் என்றால் ஆண்களுக்கு மட்டும்தான். மாறுபடும் சமுதாயத்தின் பலன்களை ஆண்கள் பயமின்றி அள்ளிக்கொண்டாலும் பெண்களுக்கு அந்த சாகசத்தில் பங்கேற்கும் அதிகாரம் இருக்கவில்லை. இரண்டு 'புத்தகம்' கல்வி, பதிமூன்று வயதிற்குள் திருமணம், இருபத்தி ஐந்து

வயதிற்குள் குறைந்தது என்றால் அரை டஜன் பிள்ளைகள் பிறந்து இளமை வாடிவதங்கி மீதமிருக்கும் வாழ்க்கையில் மனைவியாக தாயாக சேவை செய்தே கழிக்கும் தலை எழுத்து மாறாமலே போனது.

மகாராஷ்ட்ராவில் அந்தக் காலத்தில் தீவிரமாக சமுதாயக் கிளர்ச்சி நடந்தது. கர்வே, கோகலே போன்றவர்கள் பெண்கள் கல்வி, விதவை மறுமணப் போராட்டங்களை நடத்தினார்கள். லட்சுமி பாய் திலக், ரமாபாய் ராணாடே போன்ற பெண்கள் முன் நின்று ஒரு புதிய இலட்சியத்தை ஏற்படுத்தினார்கள். அதனால் கிராமத்தைவிட்டு நகரங்களைச் சென்றடைந்த அப்போதுதான் வயதிற்கு வந்த சாரஸ்வத பெண்களுக்கு புதிய சாத்தியங்களைப் பற்றிய அறிவு ஏற்பட்டதும், புதிய ஆசை பிறந்ததும் வியப்பில்லை. ஆனால் பொது வாழ்க்கையில் புதுமையை உற்சாகத்துடன் ஏற்றுக்கொண்ட சமுதாயம் வீட்டில் இன்னும் அந்த சுதந்திரத்திற்கு வழி ஏற்படுத்தத் தயாராக இல்லை.

வாசந்தி பாயின் முதல் கடிதத்திலேயே ஏற்பட்ட குழப்பம், கதறலை நான் அந்த தலைமுறையின் பல பெண்கள் வாயிலாகக் கேட்டிருக்கிறேன்.

'அப்போதுதான் பெண்கள் கல்வி தொடங்கி இருந்தது. என் பள்ளித் தலைமை ஆசிரியர் என் அப்பாவின் காலில் விழுந்து இவள் படிப்பில் கெட்டிக்காரி, இவள் கல்வியைத் தொடர அனுமதி அளியுங்கள், எதையாவது சாதிப்பாள் என்று எவ்வளவுதான் வேண்டிக்கொண்டாலும் என் அப்பா கேட்கவில்லை. என்னை பண்ணிரெண்டாம் வயதிலேயே திருமணம் செய்துகொடுத்தார்கள்.' 1914 சுமார் நடந்த அந்த நிகழ்வை அறுபது ஆண்டுகளுக்கு பிறகு நினைத்து இன்னும் கண்ணீர் வடிக்கும் பெண்களை நான் பார்த்திருக்கிறேன்.

சமுதாய அழுத்தங்களின் விளைவாக நசிந்துபோன விருப்பங்களை வெற்றி அடையச்செய்யும் துடிப்பு, தங்கள் படைப்புத் திறமையை நடைமுறைப்படுத்தும் முயற்சி இதுபோன்ற பெண்களிடம் வாழ்க்கை முழுவதும் நடந்துகொண்டே இருந்தது; தானாகவே அல்லது அண்ணன் - கணவன் உதவியால் கல்வியைத் தொடர்வது, பின்னல் கலை - சங்கீதம் பயில்வது, செவிலி- ஆசிரியை - சமூக சேவகியாகப் பயிற்சி பெறுவது, கதை-கவிதை - பஜனை- கீர்த்தனை எழுதுவது, முதுமையிலும் ரேடியோ கொங்கணி

நிகழ்ச்சிகளில் பங்கேற்பது - இப்படி ஏதாவது ஒன்றில் தங்கள் சுயத்தை சாதிக்கும் உழைப்பு. [சினிமா என்றால் நடுத்தர வர்க்கம் இன்றைக்கும் நொடிந்துபோகிறது, பயப்படுகிறது. ஆனால் நாற்பது ஆண்டுகளுக்கு முன்பே அண்ணன் 'நீ எதற்காக எந்த வேலையும் செய்வதில்லை?' என்று கிண்டல் செய்ததற்கு வாசந்தி பாயி இந்தி மொழியில் திரைக்கதை எழுதி, மும்பைக்குப் போய், அப்போது சினிமாவில் முன்னணியில் இருந்த சந்தூலால் ஷஹாவைப் பார்த்து ஒத்துக்கொள்ள வைத்ததையே இங்கே பார்க்கலாம்] ஆனாலும் முடிவில் சதி சாவித்திரியின் தலை எழுத்து மாறவில்லை. சமுதாயத் தாக்கத்திற்குப் பயந்து தோல்வியை ஏற்றுக் கொள்ளவேண்டியதானது.

இது போன்ற மன நிறைவு இல்லாத, தவறான மன நிலைமை, தான் காணாத சாதனையை மற்றவர் வாழ்க்கையில் எதிர்பார்ப்பது வியப்பல்ல. இந்த நிறைவடையாத உன்னத ஆசைகள் எல்லாம் பிள்ளைகளின், வளர்த்து ஆளாக்கியவர்களின் வாழ்க்கையில் பாய்ந்தன. நம்மால் சாதிக்க முடியாததை அவர்களாவது செய்யட்டும் என்ற தவிப்பும், பிடிவாதமும் ஏற்பட்டன. 'என் மகன் குருதத்' ஒரு தனி மனிதனின் வாழ்க்கை வரலாறாக மட்டும் ஆகாமல் இந்த விசாலமான சமுதாயத்தின் செயல்முறை வரலாறாகவும் இருக்கிறது என்று சொல்லலாம்.

ஆனால் இதுபோன்ற 'கூடு விட்டுக் கூடு பாய்'வதில் அவர்களுக்கே ஆன அபாயமும் இருந்தே இருக்கும். திருமண வாழ்க்கையில் சுகத்தைக் காண்பது சாத்தியமே இல்லை. கணவன், அவன் முழுத் தலைமுறையின் கணவன்கள், அவர்கள் நம்பியிருந்த நடுத்தர வாழ்க்கையின் மதிப்புகள், கோழைத்தனமாகத் தெரியும் அவர்களை நிலைநிறுத்திக்கொள்ளும் பைத்தியம், வேலையின் மயக்கத்திலேயே வளர்ந்து வந்த செயலற்ற தன்மை - இவைகளால் ஏற்பட்ட வெறுப்பான எண்ணங்கள் எழுச்சிக்கு உகந்ததாக இருக்கவில்லை. இத்துடன் தங்கள் பிள்ளைகளின் தலைமுறையில் வெற்றி அடையாதவர்களைப் பற்றி அக்கறையின்மை; கிடைத்த வாய்ப்புகளை சரியாகப் பயன்படுத்திக் கொள்ளாதவர்களைப் பற்றி அலட்சியம். இவைகளை விடவும் மேலாக தாங்கள் துணை இருந்ததின் பலனாக வெற்றி அடைந்த பிள்ளைகளாலும் தாங்கள் கைவிட்ட கசப்பை விழுங்க வேண்டிய நிலைமை. ஒருவன் வளர்கிறான், வெற்றியடைகிறான், பெயர் வாங்குகிறான் என்ற மகிழ்ச்சியுடனேயே அவன் விலகுகிறான், தன் சுதந்திர நிலையை

வளர்த்துக்கொள்கிறான், தன் தனிப்பட்ட சங்கடங்களைச் சுற்றி கோட்டை கட்டிக்கொள்கிறான் என்ற அனுபவம் முடிவில் சொந்த வாழ்க்கையில் சாதிக்க ஏற்ற வாய்ப்புக் கிடைக்காத படைப்புத் தன்மைகள் பிள்ளைகளின் வாழ்க்கையிலும் முழுமையாக நிரைவதில்லை என்பது துயரமானது.

தொடக்கத்தில் சொன்னதுபோல இவைகளை எல்லாம் நான் இந்தப் புத்தகத்தை குறித்து மட்டுமே சொல்லவில்லை. அல்லது அந்த தலைமுறையின் எல்லாப் பெண்களின் வாழ்க்கையும் இதே பாதையில் நடந்தது என்றும் சொல்வதில்லை. கணவனின் வேலை, அதை விடவும் மேல் மட்டத்தை அடைந்த பிள்ளைகளின் வேலை, ஒழுக்கத்தின் நயம், வினயங்களில் தேர்ச்சியடைந்து மகிழும் மகள் - மருமகள்கள், சிறுவயதில் கனவு - நினைவுகளிலும் எண்ணிப் பார்க்காத ரேடியோ - கார் - ரெகார்டர்களின் கொண்டாட்டம் - இவைகளில் நிறைவடைந்து சமநிலையில் வாழ்ந்த பெண்களுக்கு முன்பும் இருந்ததைப்போலவே பிறகு வந்தவர்களும் இருந்தார்கள். அவர்கள் எல்லாம் கொடுத்துவைத்தவர்கள்.

ஆனால் 'என் மகன் குருதத்' புத்தகத்தில் என்னைக் ஈர்த்தது அதில் இருக்கும் ரோஷம், பெண்ணின் அந்தரங்கப் பிசாசின் இருத்தலை எதிர்த்து அதில் எழும் கிளர்ச்சி. திருமதி படுகோணே தன்னைப் பற்றி, தன்னைச் சுற்றி இருப்பவர்களைப் பற்றி எதையும் மறைக்காமல் எழுதி இருக்கிறார். அநேகமாக அப்படியான வலிகளை தாங்கிக்கொண்டு காயப்பட்ட தலைமுறைக்கு இந்த நேர்மையும், துணிவும் சாத்தியமோ என்று தோன்றுகிறது.

பிப்ரவரி 1976 **கிரிஷ் கார்னாட்**

இனி இல்லாத என் மகன்
குருதத்தின் மறக்க முடியாத
நினைவிற்கு...
– அம்மா வாசந்தி

எங்கள் திருமணம் நடந்து அப்போது இரண்டரை ஆண்டுகள் ஆகியிருந்தன. என் கணவருக்கு அவர் விருப்பத்திற்கு எங்கேயும் வேலை கிடைக்கவில்லை. முடிவில் வெறுப்புடன் பணம்பூரில் ஒரு தலைமை ஆசிரியர் வேலையை ஏற்றுக்கொள்ள வேண்டியதானது. இந்த பணம்பூர் மங்களூரில் இருந்து உடுப்பிக்குப் போகும் வழியில் இருக்கிறது. ஒரு சிறிய கிராமம்; எட்டுப் பத்து வீடுகள். அங்கேயும் ஒரு பள்ளிக்கூடம். அப்படிப்பட்ட பள்ளியில் சுமார் நூறு பிள்ளைகள் படித்துக் கொண்டிருந்தார்கள். அந்தக் காலத்தில் கிராமங்களில் ஆசிரியர்களுக்கு மிகவும் மரியாதையும் மதிப்பும் இருந்தது. அந்தப் பள்ளிக்கூடம் அங்கிருக்கும் கிராம பஞ்சாயத்தாரால் நடத்தப்பட்டது.

நாங்கள் அங்கே ஒரு கௌட - சாரஸ்வதர் வீட்டின் ஒரு பகுதியில் வசித்தோம். அந்த ஊரில் வாரம் ஒருமுறை சந்தை நடக்கும். நாங்கள் இருந்த வீட்டு சொந்தக்காரர் வகை வகையான இனிப்புகளை செய்து சந்தையில் விற்பார். நன்றாக வியாபாரம் நடக்கும். அவருக்கு சிறுவயதில் அம்மை நோய் வந்து ஒரு கண் குருடாகி இருந்தது. அவனுக்கு ஒரே பையன். அவன் அந்தப் பள்ளியில் ஆசிரியராக இருந்தான். முதியவர் தன் மகளை இழந்து அவளுடைய இரண்டு பிள்ளைகளை தன்னுடன் வைத்திருந்தார். இரண்டு பேரப் பிள்ளைகளும் தாத்தா - பாட்டியுடன் வசித்தனர். வீட்டில் அவன் மனைவி, மற்றொரு குட்டிப் பேரன். மனைவிதான் வயல்களுக்குப் போய் விடியலிலேயே புல் அறுத்து வந்து பசுக்களுக்குப் போடுவாள். ஆனால் சொந்த வயல்களில் ஆட்களை வைத்து வேலை செய்தார்கள். வீட்டுக்காரருக்கு என்

மேல் மிகவும் அன்பு. எந்தப் பலகாரம் செய்தாலும் எனக்குக் கொஞ்சம் கொண்டுவந்து கொடுக்காவிட்டால் அவருக்கு நிம்மதி இல்லை. நானும் ஆர்வத்துடன் அவர் இனிப்பு தயார் செய்யும் பொழுது பக்கத்திலேயே நின்று கொண்டு பார்ப்பது வழக்கமாக இருந்தது.

கிராமத்து வாழ்க்கை எனக்கு ஒத்துப்போனது. அப்போது எனக்கு இன்னும் பதினைந்து வயது இளமை. ஒரு வேலைக்காரி - சுமாராக என் வயதுதான் - எப்போதும் என்னுடன் இருப்பாள். ஒருமுறை அவள் உடல்நிலை சரி இல்லாததால் நானே போய் கிணற்றிலிருந்து தண்ணீர் எடுத்து வரவேண்டி வந்தது. சுமார் இருபது, இருபத்தி ஐந்து அடி தூரம் கிணறு இருந்தது. தண்ணீர் எடுத்து வரும் போது பள்ளிப் போக்கிரிப் பையன்கள் என் மேல் கல் எறிந்தார்கள். நான் அவர்களிடம் இருந்து எப்படியோ தப்பித்துக்கொண்டு வீடு வந்து சேர்ந்தேன். வந்ததும் அழத் தொடங்கினேன். பயத்தால் என் உடம்பு நடுங்கியது. வாயிலிருந்து பேச்சே வரவில்லை. என் கணவர் வீட்டிற்கு வந்ததும் வீட்டுக்கார அம்மா விவரமாக நடந்த செய்தியைச் சொன்னாள். இவருக்கு கோபம் அதிகம். மறுநாள் பள்ளியில் அந்த குறும்புக்கார பையன்களுக்கு சரியான தண்டனை கொடுத்தாராம். அதில் ஒரு பையன் பள்ளியின் நிர்வாக உறுப்பினரின் மகனாம். அதனால் இந்த தகராறு முற்றியது. கூட்டத்தை கூட்டினார்கள். வேலையிலிருந்து நீக்கவேண்டும் என்றார்கள். ஆனால் பள்ளி மாணவர்களுக்கு இவர் மேல் மதிப்பும் மரியாதையும் அதிகம். அவர்கள் இவர் இருக்க வேண்டும் என்று பிடிவாதம் பிடித்தார்கள். எப்படியோ பிரச்சினை அத்தோடு முடிந்தது.

அந்த ஆண்டு வருடாந்திர விழாவில் பல பாராட்டு விழாக்கள் நடந்தன. குட்டி குட்டி நாடகங்கள், பாட்டுக்கள், உரையாடல்கள் போன்றவை நடந்தன. அந்த ஆண்டு தேர்ச்சி பெற்ற மாணவர்களுக்குப் பரிசளிக்க என்னை அழைத்தார்கள். மேடை ஏறும் பொழுது என் கைகால்கள் உள்ளுக்குள்ளேயே நடுங்கின. எப்படியோ எனக்குக் கொடுத்த பொறுப்பை முடித்துக்கொடுத்து வீடு வந்து சேர்வதற்குள் போதும் போதுமானது.

என் கணவருக்கு அடிக்கடி மலேரியா காய்ச்சல் வந்து வாட்டும். பள்ளியின் மற்றொரு ஆசிரியரான வச்சப்பா என்பவர் வைத்தியர். அவர் மருந்து கொடுப்பார். அவர் மருந்தால் சிறிது குணமடைந்தாலும் ‘உங்களை கிரகங்கள் சிரமப்படுத்துகின்றன.

ஒருமுறை உங்கள் ஜாதகத்தை ஜோசியாரிடம் காட்டவும்' என்று அவர் பரிந்துரை செய்தார். இவருக்கோ ஜோசியத்தில் நம்பிக்கை கிடையாது. ஆனாலும் எல்லோரின் வற்புறுத்தலுக்காக அங்கே பிரபலமான ஜோசியர் ஒருவரை அழைத்தோம். அவர் எங்கள் இருவரின் ஜாதகத்தையும், உள்ளங்கைகளையும் பார்த்து எதை எதையோ சொன்னார். என் உள்ளங்கையைப் பார்த்து சிரித்தார். எனக்கு நெஞ்சம் படபடத்தது. தொடர்ந்து அவர் சொன்னார்: 'மகளே, நீ பாக்கியசாலி, ஒரு ஆண்டிற்குள் உனக்கு ஒரு மகன் பிறப்பான். அவன் உங்கள் குடும்பத்திற்கு பெயர், பொருள், சுகம், மகிழ்ச்சிகளைக் கொடுப்பான். அவன் புகழ் பெற்றவனாக வாழ்வான். ஆனால்..." என்று தொடர்ந்து பேசாமல் என்னையே பார்த்தார். எனக்கு வெட்கமாக இருந்தது. குழந்தைகள் பிறப்பதற்கு முன்பே குழைந்தைகளைப் பற்றி யார் யோசிப்பார்கள்? ஜோசியர் போய்விட்டார். என் மனதில் அவர் சொன்ன வார்த்தைகளால் இல்லாத பொல்லாத எண்ணங்கள் தோன்றின.

பணம்பூரில் வாரம் ஒரு முறை சந்தை. அக்கம் பக்கத்து கிராமத்து மக்கள் எல்லாம் வருவார்கள். வருபவர்கள் காய்கறிகளையோ, பழங்களையோ, வளையல்களையோ, துணிமணிகளையோ வாங்கிச் செல்வார்கள். எனக்கு வளையல்களின் மேல் பைத்தியம். எங்கள் வேலைக்காரியுடன் நானும் சந்தைக்குப் போகும் வழக்கம் இருந்தது. அங்கே கூடி இருக்கும் வகை வகையான மக்களையும், அவர்கள் விளையாட்டு, சண்டைகளையும் பார்த்து எனக்கு ஏதோ ஒருவகையில் மகிழ்ச்சியாக இருக்கும். எங்களுக்கு வீட்டுத் தோட்டத்தில் இருந்தே நல்ல காய்கறிகள் கிடைப்பதால் இங்கே எதையும் வாங்க இருக்காது. சும்மா சுற்றித் திரிந்து வருவது மட்டுமே எங்கள் வேலை. அந்த வீட்டுக்காரர்களுடன் அரட்டை அடிப்பது, அவர் பேரப்பிள்ளைகளை கொஞ்சுவது என்றால் எனக்கு மிக விருப்பம். சில சமயம் அதற்காகவே அவரிடம் இருந்து திட்டு வாங்குவேன்.

ஒரு நாள் நடந்த சங்கதி இது. அன்று மாலை நான் திண்ணை மேல் குழந்தையுடன் விளையாடிக்கொண்டிருந்த போது, வீட்டு எஜமானி புல் எடுத்து வரும் கூடையையும் கத்தியையும் ஒரு பக்கமாக வீசி, தரையில் விழுந்து புரண்டாள். அவள் கண்கள் சிகப்பாகி இருந்தன. கொடூரமான பார்வையில் சுற்றிமுற்றி யாரையோ பார்க்கவேண்டும் என்பதைப்போல கண்களைச் சூழற்றினாள். உடம்பு தரதர என்று நடுங்கியது. வாயிலிருந்து தெளிவற்ற குரல்

வந்தது. இதைப் பார்த்து என் உடம்பு வியர்த்தது. அதிர்ச்சியுடன் அவள் மருமகளை அழைத்தேன். வீட்டில் இருந்தவர்கள் எல்லாம் ஓடி வந்தார்கள். அவர்களுக்கு இது போன்ற அனுபவம் இருந்திருக்க வேண்டும். வெற்றிலை மேல் ஒரு ரூபாய் காணிக்கை வைத்து அவர்கள் கைகூப்பி நின்றார்கள். 'அம்மா, எங்கள் தவறை மன்னியுங்கள். இந்த முறை உங்கள் மற்றும் அப்பாவின் சிரார்த்தத்தை செய்ய முடியவில்லை. கண்டிப்பாக வரும் நினைவு நாளின் பொழுது சிரார்த்தத்தைச் செய்கிறோம். நீங்கள் இப்போது போங்கள் அம்மா' என்று சாஷ்டாங்க நமஸ்காரம் செய்தார்கள். கிழவியின் உடம்பில் வந்த சன்னதம் அவளை விட்டுச் சென்றதோ என்னமோ? அவளுடைய மூச்சு சீரானது. உடம்பு வியர்த்திருந்தது. திறந்திருந்த கண்களை மூடினாள். நாள் முழுவதும் அவள் எழவே இல்லை. சோர்ந்து படுத்துவிட்டாள். மறுநாள் அந்தச் செய்தியைப் பற்றிக் கேட்டால் அவளுக்கு எதுவும் நினைவில்லை.

சில சமயம் எங்கள் வீட்டுக்கு அருகில் கூத்து நடக்கும். எங்கள் சன்னல் அருகில் நின்றால் எல்லாம் தெரியும். கால் கடுக்க நின்று பார்ப்போம். அந்தப் பாட்டுக்கள், பேச்சுக்கள், நாட்டியங்கள், வேஷபூஷனங்கள் எல்லாம் எனக்கு ஒரு வியப்பான உலகத்தை திறந்து காட்டும்.

கோடை விடுமுறை வந்த உடன் இவர் வேலைக்கு ராஜினாமா கொடுத்தார். மேலும் அதிகம் சம்பாதிக்க பெங்களூர் புறப்பட்டார். நானும் புறப்பட்டேன். பணம்பூரை விட்டு வரும் பொழுது என் மனம் துடிதுடித்தது. அந்த ஊர், மக்கள், சுற்றுச்சூழல் எனக்கு மிகவும் பிடித்திருந்தது. நாங்கள் இருந்த வீட்டுக்காரர்களிடமிருந்து விடைபெறும் பொழுது கண்கள் நிறைந்தன. எங்கள் மாமா வீட்டின் இரண்டு பக்கங்களிலும் இரண்டு தென்னை மரங்களை நட்டிருந்தார். அவற்றைக் காட்டி "குழந்தை வாசந்தி, எப்படி இந்த கல்பவிருக்ஷம் வளர்ந்து எல்லோருக்கும் பயனுள்ளதாக வாழுமோ அதுபோலவே உங்கள் வாழ்க்கையும் செல்வச் செழிப்புடன், மற்றவருக்கு உதவும் மனப்பான்மையுடன், பலனுள்ளதாக, பயனுள்ளதாக இருக்கட்டும்" என்று ஆசீர்வதித்தார். அப்போது அவருக்கு எழுபத்தி இரண்டு வயதாகி இருந்தது. அவருடைய இந்தக் கனிவு, கருணை, மாயையுடன் நிறைந்த ஆசீர்வாதத்தை மனதில் சுமந்துகொண்டு மகிழ்ச்சியாக இருந்தேன். இது ஐம்பது ஆண்டுகளுக்கு முன்பு நடந்தது. அந்தப் புண்ணியவான் சுவர்க்கம் அடைந்து நாற்பத்தி ஐந்து ஆண்டுகள் ஆகிவிட்டன.

அந்த தென்னை மரங்கள் இப்போது வளர்ந்து பலனளித்திருக்க வேண்டும். நான் அந்தப் பக்கம் போகாமல் பல ஆண்டுகள் கடந்து போயிருந்தன.

என் மாமாவிற்கு பத்து ஆண் பிள்ளைகள், மூன்று பெண்கள் இருந்தார்கள். அந்தக் காலத்தில் பிள்ளைகள் அதிகமாக இருந்தால் சமுதாயத்தில் மதிப்பும் அதிகமாக இருக்கும். வாழ்க்கையும் எளிதாக இருக்கும். பிள்ளைகளே பெரிய செல்வம் என்று எண்ணிய காலம் அது. என் வீட்டுக்காரர் எல்லோரையும் விட கடைசியாக இருந்ததால் எல்லோர் அன்புக்கும் உரியவராக இருந்தார். தன் பண்ணிரெண்டாம் வயதிலேயே அம்மாவை இழந்திருந்ததால் அப்பா இவரை அதிசயமாகக் கொஞ்சி வளர்த்தார். அத்தையின் மரணத்திற்குப் பிறகு அப்பா மற்றும் மகன் மற்றவர்களிடம் தஞ்சம் புகவேண்டி இருந்தது. இவர் தன் கல்லூரிப் படிப்பை முடிக்குவரை அண்ணன்களிடம் மாறி மாறி இருக்கவேண்டி இருந்தது. மாமா தன் வாழ்க்கையின் அனுபவங்களையும், கணவன் - மனைவிக்கு இடையே நடக்கும் சின்னச் சின்ன சண்டைகளையும், முடிவில் தானே எப்படி ஒத்துப்போக வேண்டி இருந்தது என்பதைப் பற்றியும் எனக்கு பல முறை சொல்லி இருக்கிறார். என்னை மிகவும் அக்கறையுடன் கவனித்துக்கொண்டார். துரதிரிஷ்டவசமாக நாங்கள் ஊரை விட்டு வந்த பிறகு அவர் எங்களுடன் இருக்க முடியவில்லை.

1924இல் என் வீட்டுக்காரர் பெங்களூருக்குப் போன பிறகு, நான் என் பெரியம்மாவின் மகள் வீட்டில் (அபசி) வழி இல்லாமல் நான்கு மாதங்கள் தங்கவேண்டி வந்தது. என் அக்கா மனதால் நல்லவளாக இருந்தாலும் அவள் விருப்பப்படி நடக்காவிட்டால் திட்டுவார்; வாய்க்கு வந்தபடி ஏசுவார். நானோ ஒரு ஆண்டு காலம் தனியாக குடும்பம் நடத்திய சுதந்திரத்தில் வளர்ந்திருந்ததால் அவளுடைய குத்தல் பேச்சுக்களை பொறுத்துக்கொள்ள முடியவில்லை. என் பெரியம்மாவின் மகன் மட்டும் எனக்கு ஆதரவாக இருந்தான். அவன் என்னை விடவும் நான்கு ஆண்டுகள் பெரியவன். நல்ல கலைஞன். பள்ளி நாடகங்களை எழுதி தங்கப் பதக்கம் வென்றிருந்தான். நாங்கள் இருவரும் நெருக்கமானோம். அவனுக்கு ரவீந்திரநாத் மீது அலாதி சிரத்தை, பக்தி இருந்தது. ரவீந்திரரின் கதைகளையும், கவிதைகளையும் பள்ளி நூலகத்தில் இருந்து எடுத்து வந்து, எனக்குப் படிக்கக் கொடுப்பான். சில நேரம் படித்தும் காட்டுவான். அதனால் தாகூரின் எழுத்துகளின் மீது

எனக்கு மிகவும் மதிப்பு உண்டானது. பிறகு அவரைப் படிப்பது ஒரு பைத்தியமாகவே மாறியது. அந்தக் காலத்தில் வயதிற்கு வந்த பெண்கள் தனியாக எங்கேயும் போகமாட்டார்கள். வீட்டில் போக விடமாட்டார்கள். என் அண்ணன் என்னை கதிரேகுட்டா, பள்நீறு அல்லது மைதான இடங்களுக்கு மாலை நேரங்களில் அழைத்துப் போவான். அப்போது நாங்கள் இருவரும் எங்கள் எதிர்காலத்தைப் பற்றியோ, கலையைப் பற்றியோ, இலக்கியத்தைப் பற்றியோ பேசிக்கொண்டு பொழுதைக் கழிப்போம். என் அக்காவுக்கு இது பிடிக்காது. என் பெரியப்பா பழைமையான எண்ணங்களைக் கொண்டவர். இப்படிப்பட்ட செய்கைகளை எதிர்த்தார். இருவருக்கும் இடையே வாக்குவாதம் நடக்கும். பேச்சுக்குப் பேச்சு பேசுவோம். பெரியப்பாவை அப்பா என்று பிள்ளைகள் யாரும் மதிப்பதில்லை. அவர் தன் இளம் வயதில் நாடகக் குழுவில் சேர்ந்து நடிகராக இருந்தார். நாடக கலையின் மேம்பாட்டிற்காக மிகவும் செலவு செய்து நொடிந்துபோயிருந்தார். குடும்பச் சொத்து பத்துகளை எல்லாம் இழந்திருந்தார். இதனால் அவர் குடும்பம் அதிக சிரமங்களையும், துன்பத்தையும் அனுபவிக்க வேண்டி வந்தது. அதனால்தான் பிள்ளைகளுக்கு அவர் மீது வெறுப்பு.

நான் எப்போதும் அவருக்கு வெற்றிலை இடித்துக் கொடுப்பது போன்ற அவருடைய சின்னச் சின்ன வேலைகளை செய்து கொடுப்பேன். இதனாலோ அல்லது வேறு எதனாலோ அவருக்கு என் மேல் மிகவும் அன்பு. எனக்கும் அவர் மீது ஒரு வகையான மதிப்பும் அன்பும் இருந்தது. அவர் சொல்வார்: “வாசந்தி, நீ வீடு பிடித்தவுடன் உன் வீட்டிலேயே வந்து தங்கிவிடுவேன் பார்” என்று. துரதிரிஷ்டவசமாக நான் பெங்களூர் சென்ற சில நாட்களிலேயே அவர் இறந்துவிட்டார்.

பெங்களூர் வந்ததும் நாங்கள் இரண்டு அறையோடு ஒரு வாடகை வீட்டை பிடித்தோம். என் குறைந்த கல்விக்காகவும் நகரத்து பழக்க வழக்கங்களைப் பற்றி தெரியாமல் இருந்ததாலும் என் உறவினர்கள் என்னை மிகவும் துச்சமாக மதித்தார்கள். அதனால் அங்கே ஒரு கான்வெண்ட் பள்ளியில் சேர்ந்தேன். அங்கே நன்கள் பின்னல், தையலை கற்பித்துக் கொண்டிருந்தார்கள். நானும் அதில் சேர்ந்தேன். ஆனால் அவர்கள் ஆங்கிலம் எனக்குப் புரியவில்லை. அவர்களாகவே தங்களுக்குத் தெரிந்த அரைகுறை கன்னடத்தில் எனக்குச் சொல்லிக் கொடுத்தார்கள். இது இரண்டு மாதங்கள் நடந்தது. அதன் பிறகு நான் வகுப்பை விட வேண்டி

வந்தது. காரணம் நான் 'பிள்ளைத்தாச்சி' ஆக இருந்ததால் மிகவும் சிரமமாக இருந்தது. அப்போது எனக்கு அந்த ஜோசியக்காரரின் வார்த்தைகள் நினைவிற்கு வந்தன. நான் என் சொற்ப அறிவால் அப்போது தார்மீக புத்தகங்களையும், ஸ்ரீ இராமகிருஷ்ணர் மற்றும் விவேகானந்தர் வாழ்க்கை வரலாறையும் படிக்கத் துவங்கினேன். கர்ப்பிணியானவர்களிடம் எந்த விஷயங்கள், எந்த செய்கைகள் இருக்குமோ அதைப்போலவே அவருக்குப் பிறக்கும் குழந்தைகளிடமும் அந்த குணங்கள் வந்து சேரும் என்று எங்கேயோ படித்த நினைவு. குழந்தைகள் பிறந்தால் ரவீந்திரரின் குடும்பத்தைப்போல தனது பிள்ளைகளும் மானம், மதிப்பு, புகழுடன் பிறக்கவேண்டும் என்று எனக்கு ஆசை இருந்தது. அந்த என் விருப்பத்தை என் கடவுள் நிறைவேற்றிக் கொடுத்திருக்கிறான் என்று இந்த முதிய வயதில் (பிறந்த எல்லாப் பிள்ளைகளும் அவரவர் தொழில்களில் பெயரும் புகழும் அடைந்ததைப் பார்க்கும் பொழுது) எத்தனை மகிழ்ச்சியாக இருக்க வேண்டும்! எப்படியான திருப்தி மனதில் நிரம்பி இருக்க வேண்டும்!

1925ஆம் ஆண்டு ஜூலை 9ஆம் தேதி என் தலைப் பிள்ளை பிறந்தான். அவன் பிறந்த மருத்துவமனை மிகவும் தொலைவில் இருந்தது. அன்று விடிந்ததும் என் அம்மா மற்றும் என் வீட்டுக்காரர் என்னை அழைத்து வந்து மருத்துவமனையில் விட்டு விட்டு போய்விட்டார்கள். தர்ம ஆஸ்பத்திரியாக இருந்ததால் வீட்டார்களைத் தங்க விடமாட்டார்கள். நான் வயதில் சிறியவள். எனக்கோ எந்த விஷயமும் அதிகமாகத் தெரியாது. அறியாமை. நான் போய் தலைமைச் செவிலியின் இடத்தில் உட்கார்ந்துகொண்டேன். அவர் வந்து என்னை வாயில் வந்தபடி திட்டினார். அப்போதே பலவீனமாக இருந்தேன். வயிற்று வலி ஆரம்பமானது. வீட்டாரும் போய்விட்டார்கள். இந்த நிலைமையில் ஒரு செவிலியின் திட்டுகள் வேறு. எனக்கு அழுகை வந்தது. அங்கே அழவும் முடியாது. என்ன செய்ய, அமைதியாக இருந்தேன். பதினொரு மணிக்கு என்னைப் பிரசவ அறைக்கு அழைத்துப் போனார்கள். மதியம் சரியாக பனிரெண்டு மணிக்கு என் மகன் பிறந்தான். ஓரிரு மணி நேரங்களுக்குப் பின் செவிலி வந்து, ஒரு மூட்டையைக் கொண்டு வந்து வைத்து, "இதோ உன் பிள்ளை" என்று சொல்லிப் போய்விட்டாள். கண்ணாடி பொம்மையைப்போல இருந்த அந்த குட்டிக் குழந்தை, என் இரத்த, மாமிசத்தில் இருந்து வளர்ந்து வந்ததா என்று எனக்கே வியப்பாக இருந்தது. குழந்தையின் நெற்றியில் மெல்ல

முத்தமிட்டேன். அதுவரை வயிற்று வலியால் துடித்தது எல்லாம் மறந்து போனது. மகிழ்ச்சி பொங்கி உடம்பெல்லாம் பரவியது! அம்மா - பிள்ளைகளில் அப்படி என்ன ஒரு மாய வலையைப் பின்னி இருக்கிறதோ அந்தக் கடவுளுக்குத்தான் தெரியும்!

அன்று மருத்துவமனையில் பிறந்த குழந்தைகளில் என் மகன் மட்டுமே ஆண். மற்றவர்களுக்கு எல்லாம் பெண் குழந்தைகள் பிறந்திருந்தன. மருத்துவமனையில் பிறந்த எல்லாக் குழந்தைகளுக்கும் கழுத்தில் எண் எழுதிய ஒரு அட்டைத் துண்டைக் கட்டும் வழக்கம் இருந்தது. எனக்கு அது எதுவும் தெரியாது. செவிலி பார்க்காமல் ஆறாம் எண் இருந்த குழந்தையை என்னிடம் கொண்டு வந்து வைத்தாள். ஆனால், என் குழந்தையின் எண் ஒன்பதாக இருந்தது. முலைப் பால் கொடுக்கும்போது அந்தப் பெண் இதைக் கவனித்தாள். செவிலிக்கு திட்டுகள் கிடைத்தது மட்டுமல்லாமல் இந்தச் செய்தி டாக்டர்வரை போய் விபரீதமானது.

பொது வார்டாக இருந்ததால் அங்கே பலவகையான நோயாளிகளும், பிள்ளைத்தாச்சிகளும் இருந்தார்கள். எனது இடது பக்கத்தில் ஒரு வயதான கிருஸ்துவப் பெண் இருந்தார். மிகவும் நல்லவள். அவள்தான் எனக்கு முதலில் பிள்ளைக்கு எப்படி முலையூட்ட வேண்டும் என்பதைச் சொல்லிக்கொடுத்தாள். மாலை என் அம்மா மற்றும் வீட்டுக்காரர் இருவரும் சேர்ந்தே வந்தார்கள். என் அம்மாவுக்கு எனக்கு ஆண் குழந்தை பிறந்தது மிகவும் மகிழ்ச்சியாக இருந்தது. அவருக்கு குல வாரிசு பிறந்தான் என்று பெருமையாக இருந்திருக்க வேண்டும். குழந்தை அழும்பொழுது அந்த கிருஸ்துவப் பெண் வந்து சமாதானப்படுத்துவாள். எனக்கு அதுவும் தெரிந்திருக்கவில்லை. என் குழந்தை மிகவும் சிறிதாக இருந்தது. ஆனால் நிறம் சிகப்பு; முடி கருப்பு; கண்கள் பெரிதாகக் கவர்ச்சியாக இருந்தன. மருத்துவமனையில் பத்து நாட்கள் இருந்து பதினோராம் நாள் எங்கள் வீட்டிற்குத் திரும்பி வந்தேன். என் அம்மா அந்தக் குட்டிக் குழந்தையைக் குளிப்பாட்டுவதைப் பார்க்கும்போது எனக்கு மிகவும் வியப்பாக இருக்கும். அப்படி ஒரு சின்னக் குழந்தையை நான் பார்ப்பது அதுதான் முதல் முறை. சின்னச் சின்ன கை கால்களுக்கு எண்ணெய் தடவி நீவி சுடு தண்ணீர் ஊற்றுவது ஒரு திவ்வியமான காரியம் என்றே நினைத்தேன். பன்னிரெண்டாம் நாள் உறவுக்காரர்களை எல்லாம் அழைத்து தொட்டிலில் போட்டு பெயர் சூட்டும் விழாவும் முடிந்தது. எங்கள் குடும்பத்தில் இவன்தான் முதல் முதல் ஆண் பிள்ளையாக

இருந்ததால் என் அண்ணன்கள் கல்கத்தாவில் இருந்து இரண்டு பெயர்களை பரிந்துரை செய்து அனுப்பி இருந்தார்கள்: ஒன்று வசந்த குமாரன், மற்றொன்று குருதத். குழந்தை வியாழக்கிழமை பிறந்திருந்ததாலும், அன்று மத்வாச்சாரியாரின் பிறந்தநாளாக இருந்ததாலும்; அந்த இரண்டு பெயர்களையும் சேர்த்தே வைத்திருந்தாலும் அவனை மட்டும் 'கொண்டா' - அழகானவன் என்ற பெயராலேயே எல்லோருக்கும் அறிமுகமானான்; மற்றும் அந்தப் பெயராலேயே புகழ் அடைந்தான். பிள்ளை ஒல்லியாக இருந்ததாலோ என்னமோ (பெங்களூரில் ஜூலை மாதம் மழை அதிகம். மழை வரும்பொழுது மிகவும் குளிரும்) எப்போதும் அழுதுகொண்டே இருப்பான். அதுமட்டுமல்லாமல் சளி, இருமல் இல்லாமல் இருக்காது. எனக்கோ குழந்தையைப் பராமரிக்கத் தெரியவே தெரியாது. குழந்தையைத் தூக்கிக்கொள்ளும் பொழுது கூட எங்கே பிள்ளை கைதவறி விழுந்துவிடுவானோ என்ற பயம். ஆரம்பத்தில் குழந்தையின் மூத்திர- பீ துணிகளை மாற்றும்போது எனக்கு அசிங்கமாக இருக்கும். பிறகு அதுவே பழகிவிட்டது.

குழந்தைக்கு ஒன்றரை மாதம் ஆனபோது யாராவது தொட்டிலுக்கு அருகே வந்தால் சிரித்தது. மூன்றாவது மாதம் குப்புறப்படுக்கத் தொடங்கியது. நான் குழந்தையைத் தூக்கி விளையாடும்பொழுது மகிழ்ச்சியால் உடல் புல்லரிக்கும். நானிருந்த வீட்டு எசமானி லிங்காயித் இனத்தைச் சேர்ந்தவள். அவளிடம் யாரோ நாங்கள் மீன் - பிராமணர்கள், மீன் சாப்பிடுவார்கள் என்று சொன்னார்களாம். அதற்காக நாங்கள் வீட்டை காலி செய்துபோகவேண்டும் என்று எங்களுக்கு பலவகையில் தொந்தரவு கொடுத்தாள். முடிவில் நாங்கள் அந்த வீட்டை விட்டு சாமராஜபேட் ஐந்தாம் தெருவில் வேறு வீட்டிற்குப் குடி போனோம். அங்கே பின் வீட்டில் வசித்தோம். வீட்டின் எசமானனுக்கு கௌரியைப்போல மனைவி இருந்தாலும் அவன் வீட்டில் வேலை செய்யும் 'திம்மி' யுடன் உறவு இருந்தது. மூன்று பிள்ளைகளின் அம்மாவான 'கௌரி'யால் இதை எப்படிச் சகித்துக்கொள்ளமுடியும்? அவள் எங்கள் வீட்டிற்கு வந்து தினமும் அழுவாள்; கணவனைக் கண்டபடி திட்டுவாள்; தான் வீட்டை விட்டுப் போவதாக சொல்வாள். பாவம்! எங்கு போவாள்? அவளுக்கு அப்பா - அம்மா, அண்ணன் - தம்பி என்று யாரும் இருக்கவில்லை. அவளுடைய அழுகைக் குடும்பத்துடன் நாங்கள் எட்டு மாதம் அந்த வீட்டில் காலத்தைப் போக்கினோம்.

எங்கள் அப்பா தன் தாய்மாமன் மகனின் வீட்டிற்கு வந்திருப்பதாக செய்தி வந்தது. நாங்கள் இருவரும் அவரை அழைத்து வரப்போனோம். அவர் உடல்நிலை சரியிருக்கவில்லை. எங்களுடன் வந்தார். வந்தவர் ஆறு மாதக் கைப்பிள்ளையான எங்கள் குருதத்தை தூக்கிக் கொஞ்சி விளையாடினார். குழந்தை சிரித்துக்கொண்டே, தன் குட்டிக் கைகால்களால் உதைத்து அவரைத் தழுவிக்கொண்டது. பல ஆண்டுகளுக்குப் பிறகு நான் என் அப்பாவைப் பார்ப்பது எனக்கும் மிகவும் மகிழ்ச்சியாக இருந்தது. ஆனால் என் அம்மாவுக்கு தன் கணவர் வந்தது பொறுக்கவில்லை. எப்போதும் புருவத்தை சுளித்துக்கொண்டு, எதையோ வடவடவென்று உளறுவாள். என் அப்பாவோ மிகவும் பொறுமைசாலி. தன் மனைவியை மகிழ்ச்சிப்படுத்த அவர் பலமுறை பலவகைகளில் முயற்சி செய்தார். ஆனால் என் அம்மா அவருடன் ஒரு வார்த்தையும் பேசவில்லை. எங்கள் வீட்டிற்கு வந்த என் அப்பாவிடம் அம்மாவின் இப்படிப்பட்ட நடத்தை சரியில்லை என்று எங்கள் இருவருக்கும் தெரிந்திருந்தாலும் நாங்கள் எதுவும் செய்யாமல் அம்மாவிற்கு பயந்து அமைதியாக இருந்தோம். அவர் கல்கத்தாவில் இருந்து எங்கள் வீட்டிற்கு வந்திருக்கிறார். எங்கள் வீட்டு அதிகாரம் எல்லாம் எங்கள் அம்மாவின் கைக்கு வந்திருந்தது. அதிகாரம் செலுத்துவதில் எங்கள் அம்மாவை மிஞ்ச யாராலும் முடியாது. எனக்கும் பிள்ளையைத் தனியாக கவனித்துக்கொள்ளும் துணிவு இல்லை. இதை தெரிந்துகொண்டு அம்மா பேச்சுக்குப் பேச்சு ‘நான் புறப்பட்டுப்போகிறேன், நான் புறப்பட்டுப்போகிறேன்’ என்று மிரட்டுவாள். அப்பா தினமும் குழந்தை குருதத்தை தூக்கிக்கொண்டு விளையாடுவார். அந்தத் திருட்டுப் பயல் தாத்தாவிடம் மிகவும் செல்லமாக இருந்தான். நான் அழைத்தாலும் என்னிடம் வரமாட்டான். அவர் இன்னும் சில நாட்கள் எங்களுடன் இருந்திருப்பாரோ என்னமோ. இதற்கு இடையே ஒரு நிகழ்வு நடந்தது. அப்பா ‘ஆறு சாதுக்கள் வந்திருக்கிறார்கள் அவர்களுக்கு சாப்பாடு போடமுடியுமா?’ என்று வேண்டினார். நாங்களும் ஒத்துக்கொண்டோம். ஆனால் என் அம்மா ‘என்னால் சமைக்க முடியாது. வேண்டியதை செய்துகொள்ளுங்கள்’ என்று ஒரே வார்த்தையில் சொல்லிவிட்டாள். அப்பா அன்றே புறப்பட்டுவிட்டார். நாங்கள் என்னதான் சமாதானப்படுத்தினாலும் அவர் கேட்கவில்லை. கடைசியாக பிள்ளை குருதத்தை அவர் மடி மேல் போட்டு கண்ணீருடன் வேண்டினேன். அவர் மனதிற்கு மிகவும் வருத்தமாக இருந்தாலும்

என் பேச்சை ஏற்றுக்கொள்ளாமல், வீட்டைவிட்டு அன்று போனவரை நான் மீண்டும் பார்க்கவேயில்லை. அதுதான் பல ஆண்டுகளுக்குப் பிறகு அவருடைய முதல் மற்றும் கடைசி தரிசனமாக இருந்தது. குழந்தை தன் தாத்தாவிற்காக பல நாட்கள் தவித்தான். தூக்கத்திலும் தாத்தாவிற்காக ஏங்கித் தவிப்பது எங்களுக்குப் புரிந்தது.

என் அப்பா அவர் அப்பா -அம்மாவிற்கு ஒரே மகன். அதுவும் பல வேண்டுதல்களுப் பின், பூசைகள் நடத்திய பிறகு பிறந்தவர். வீட்டில் எல்லோரும் அவரை மிகவும் பாசத்துடன் கவனித்துக் கொண்டார்கள். அவர் விருப்பப்படி என்ன செய்தாலும் யாரும் மறுத்ததில்லை. அதன் விளைவாகத்தான் அவர் பிடிவாதக்காரராகவும், முன்கோபியாகவும் இருந்தார். அவருடைய பதினைந்தாம் வயதில் திருமணம் செய்துவிட்டார்கள். என் அம்மாவுக்கு அப்போது பதினொரு வயது. அம்மாவும் சிறுபிள்ளையாக இருந்த பொழுதே அப்பாவை இழந்திருந்தார். அவளையும் செல்லமாக வளர்த்திருந்தார்கள். அவளும் பிடிவாதக்காரியாக இருந்தாள். தன் மனதிற்குத் தோன்றியதையே செய்யவேண்டும், யாருக்கும் பணிந்து போகமாட்டாள். திருமணம் நடந்து அத்தை வீட்டை அடைந்தபோது, வீட்டு வேலை செய்வதோ, எல்லோருடனும் சேர்ந்து இருக்கும் பழக்கங்களோ எதுவும் கிடையாது. இதனால் மாமியார் - மருமகள் சண்டை இருந்தே இருக்கும். கணவன் - மனைவிக்கு இடையே நெருக்கம் இருக்கவில்லை. அம்மாவிற்கு தலைப் பிள்ளை பிறந்த பின்புதான் வீட்டில் சிறிது நிம்மதி ஏற்பட்டது.

என் தாத்தா குள்ளமாக இருந்தார். குணத்தால் அமைதியான, கருணையுள்ள, அடுத்தவருக்கு உதவும் மனப்பான்மை கொண்டவராக இருந்தார். எல்லோரும் அவரை மதித்தார்கள். என் அப்பா அவர் அப்பாவின் மறு உருவமாக இருந்தார். ஆனால் பிடிவாதம், கோபத்தை மட்டும் அவர் அம்மாவிடமிருந்து பெற்றிருக்க வேண்டும். தாத்தா உயிரோடு இருந்தவரை வீட்டில் எந்தக் குறையும் இருந்ததில்லை. என் பாட்டியின் தம்பி எங்கள் சாரஸ்வத சமுதாயத்தின் குருக்களாக இருந்தார். பாண்டுரங்காசிரமர் என்று எல்லோருக்கும் வேண்டியவராக, விரத நிஷ்டையான வாழ்க்கையை நடத்திக்கொண்டிருந்தார். என் பாட்டிக்கு அதுவே மிகப் பெருமையாக இருந்தது.

என் தாத்தா இறந்த பின் வீடு பிரிந்துபோனது. பாட்டி மகள் வீட்டிற்குப் போய்விட்டாள். என் அப்பா புத்திசாலி; எஞ்சினீயரிங் சிறிது கற்றிருந்ததால் அவருக்கு ஒரு நல்ல வேலை கிடைத்திருக்கும். ஆனால் அவருடைய எளிமையான குணத்துடன் ஒட்டிக்கொண்டிருந்த முன்கோபம் அவரை எந்த வேலையிலும் அதிகக் காலம் இருக்கவிடவில்லை. வியாபாரத்தையும் செய்து பார்த்தார். அதில் கௌட சாரஸ்வதர் ஒருவர் அவரை ஏமாற்றிவிட்டார். அப்போது அம்மாவின் நகைகளை அடக்குவைத்தோ, விற்றோ அப்பா தனது மரியாதையைக் காப்பாற்றிக்கொண்டார். என் அப்பா எவ்வளவு தாராளமாக இருந்தாரோ அவ்வளவே என் அம்மா கஞ்சத்தனமாக இருந்தார். இதனால் அவர்களுக்கு இடையே அன்னியோன்னியம் இல்லாததால் பிள்ளைகளான நாங்கள் கூரை நிழல்கூட இல்லாமல் பரதேசிகளைப்போல உறவினர்களின் வீடுகளில் இருந்து வளரவேண்டி வந்தது. அப்பா அம்மா இருவருக்கும் தவறான புரிதல் காரணமாக இருக்கலாம். ஆனால் பிள்ளைகள் சிரமப்படுவது தப்பவில்லை. சிரமத்துடனே வளந்தார்கள்.

ஆறு மாத குருதத் தவழத் துவங்கினான். பல குறும்புகளை செய்தான். எப்போதும் அவன் பின்னால் ஒருவர் இருக்கவேண்டி இருந்தது. ஏழாவது மாதத்தில் தானாக எழுந்து உட்கார்ந்தான். அப்படி உட்கார்ந்த பொழுதுதான் நாங்கள் அவன் முதல் ஃபோட்டோவை எடுத்தது. குழந்தை குருதத்தை அக்கம் பக்கத்து வீட்டுக்கார்கள் எடுத்துக்கொண்டு போய் அதிக நேரம் கொஞ்சி விளையாடுவார்கள். அவன் குழந்தை விளையாட்டுகளை எல்லாம் என் முன்னால் புகழ்ந்து பேசுவார்கள். குழந்தைக்கு திருஷ்டி ஏற்படுமென்று என் அம்மா தினமும் திருஷ்டி சுற்றிப் போடுவார். பத்தாவது மாதம் குருதத் நடக்கத் தொடங்கினான். முதல் முதல் அவன் தப்பாக அடி எடுத்து வைத்தது எங்களுக்குக் கொண்டாட்டமாக இருந்தது. எழுவதும், விழுவதும்! எல்லாம் அழகாக இருக்கும். கிருஷ்ணனின் பால்ய லீலைகளையே நான் என் மகன் குருதத்திடம் கண்டேன். அவன் முதல் ஆண்டு பிறந்தநாளுக்கு நாங்கள் எங்கள் சில உறவினர்களையும், நண்பர்களையும் அழைத்திருந்தோம். குருதத் வந்தவர்களிடம் எல்லாம் தன்னுடைய மழலைப் பேச்சால் ‘அது என்ன?’, ‘இது என்ன?’ என்று ஒவ்வொன்றையும் கைகாட்டிக் கேட்பான். கேட்பதற்கு சில நேரம் பதில் சொல்லமுடியாமல், அல்லது பதில் சொல்லத் தெரியாமல் பெரியவர்கள் முழிப்பார்கள். மாலை

அவனை உட்காரவைத்து ஆரத்தி எடுக்கும் பொழுது ஆரத்தித் தட்டில் கையை வைத்துச் சுட்டுக்கொண்டான். இது என் கவனக் குறைவால் நடந்தது என்று பெரியவர்களிடமிருந்து நான் வசை வாங்கினேன்.

நாங்கள் இருந்த வீட்டை அதன் சொந்தக்காரர் விற்றுவிட்டதாலும், புதிதாக வந்த சொந்தக்காரருக்கு நாங்கள் அங்கே இருப்பது பிடிக்காததாலும் - காலி செய்யவேண்டி வந்தது. இந்த வீட்டுக்காரர் பணக்காரர் ஆனாலும் நல்லவர். தினமும் குருதத்தை தூக்கிக்கொண்டு போவார். மாலைவரை அவனை விடமாட்டார். அவருக்கு ஆண் பிள்ளைகள் இருக்கவில்லை. பிறந்த மூன்றும் பெண் குழந்தைகளாகவே இருந்தன. அவர்கள் எல்லாம் குருதத்திடம் அதிகமாக கன்னடத்திலேயே பேசுவதால் எங்கள் கொங்கணியை விடவும் அதிகமாகவே அவன் கன்னடத்தில் பேசுவான். காலையில் பால்காரன் பசுவை அழைத்துவந்து பால் கறக்கும் பொழுது கண்கொட்டாமல் அதையே பார்ப்பான். தானும் ஒரு பால்காரனைப்போல ஒரு பாத்திரத்தை எடுத்துவந்து, பால்காரனைப்போல உட்கார்ந்து, பசுவை கற்பனை செய்துகொண்டு, ஒரு பாத்திரத்தில் பாலைக் கறந்து வீட்டில் இருப்பவர்களுக்கு எல்லாம் கொடுப்பான். இதே ஒரு விளையாட்டு. நாங்கள் இருந்தது நான்கு அறைகள் கொண்ட வீடு. ஆனால் எல்லா அறைகளும் இரயில் பெட்டிகளைப்போல வரிசையாக இருந்தன. குருதத்தின் குறும்புத்தனம் அதிகமாகி பொறுக்க முடியாமல், நீளமான கயிற்றால் அவனைக் கட்டிப்போட்டு அறையில் விடுவோம். ஆனாலும் விளையாடுவதை விடமாட்டான். கடிவாளம் போட்ட குதிரையைப்போல ஓடுவான்; கட்டிப்போட்ட குரங்கைப்போல குதிப்பான்; கட்டிப்போட்டிருந்தாலும் அவனை கட்டுப்படுத்துவது சிரமமாக இருக்கும். வீட்டு வாசலுக்கு வரும் குருவிகளுக்கு நான் தானியங்களைப் போடுவதை ஒரு நாள் பார்த்துவிட்டான். தானும் தானியங்களைப் போடவேண்டும் என்று பிடிவாதம் பிடித்தான். கொடுக்காவிட்டால் ரகளை செய்வான். முடிவில் அவன்தான் வெல்வான். தெருவில் வரும் குரங்காட்டியின் குடுகுடுப்பை சத்தத்தைக் கேட்டால் போதும், நொடியில் அவன் முன்னால் இருப்பான். அவன் ஆட்டத்தை முடித்துவிட்டுப் போகும்வரை அங்கேயே நின்றிருப்பான். அப்படி மனம் ஒன்றிப்போவான்! உள்ளே இருந்து நாங்கள் என்னதான் கத்தினாலும், அதை கண்டுகொள்ளமாட்டான். கடைசியில்

மூணு காசை எங்களிடமிருந்து நச்சரித்து வாங்கிக்கொண்டுபோய் கொடுப்பான்.

பெங்களூரில் தாசர்களின் பாட்டுக்களை பாடிக்கொண்டு பிச்சை எடுக்கப் பலர் வீடு வீடாக வருவார்கள். அவர்களை அழைத்து, பாட்டைப் பாடவைத்து, அவர்கள் பாடும்பொழுது தன் குட்டிக் கைகளை தட்டிக்கொண்டே பாட்டு கேட்பான். இவைகளை எல்லாம் பார்க்கும் பொழுது வயதிற்கு மீறிய துடுக்குத்தனம், அறிவு அவனிடம் இருப்பதாக எங்களுக்குத் தோன்றும்.

1927 சித்திநாத பந்தர் என்ற ஒரு இந்தி ஆசிரியர் வெளியூரில் இருந்து பெங்களூருக்கு வந்திருந்தார். அவர் வீடு வீடாகச் சென்று இந்தி பிரசாரம் செய்வார். எனக்கோ எழுதப் படிக்கும் பைத்தியம். நானும் பாரத்வாஜா வீட்டார்களும், மற்றும் சிலரும் சேர்ந்து இந்தி படிக்கத் தொடங்கினோம். பந்தர் பணம் எதுவும் வாங்காமல் இந்தி கற்றுக்கொடுப்பார். இப்படி தர்மத்திற்கு கற்றுக்கொடுப்பது வேண்டாம் என்று என் வீட்டுக்காரர் ஆட்சேபித்தார். அவருடைய சந்தேகக் குணம் எனக்குத் தெரியும். ஆனாலும் சில விஷயங்களில் அவர் பேச்சை மீறுவேன் என்பது உண்மை. பிரவேஷா தேர்வில் நான் மாநில அளவில் முதல் வகுப்பில் தேர்ச்சிபெற்றேன். அந்த ஆண்டு இந்தி - பதக்கப் பரிசளிப்பு விழா மகாத்மா காந்தியின் தலைமையில் நடந்தது. அப்போது எங்களுக்கு என்ன மகிழ்ச்சி, கொண்டாட்டாம்! மகாத்மாவை வரவேற்கும் பந்தலில் அழகான அலங்காரம்! கூட்டம் அதிகம்! இதை எல்லாம் பார்த்த என் மகிழ்ச்சிக்கு அளவே இல்லை. அது மதராசின் இந்தி பிரசார சபையின் முதல் ஆண்டு பரிசளிப்பு விழாவாக இருந்ததால் பல காங்கிரஸ் தலைவர்களும் வந்திருந்தார்கள். அந்த விழாவில் காந்தியின் கையால் சான்றிதழை நான் வாங்குவதற்கும், அவர் மீதான பக்தி, சிரத்தை, நாட்டிற்காக சேவை செய்யும் ஆர்வம் என்னில் ஏற்பட்டதற்கும் ஏதாவது தொடர்பு இருக்கவேண்டும் என்று என் மனம் எண்ணியது.

ஓரிரு மாதங்களில் காந்திஜி தன் உடல்நிலை சரியில்லாததால் பெங்களூருக்கு தட்ப வெட்ப நிலை மாற்றத்திற்காக வரவேண்டியதானது. (என் கணவர் 1920இல் 'ஒத்துழையாமை போராட்டத்தில்' பங்கேற்று தன் கல்வியை நிறுத்தி இருந்தார்) நானும் என் குருதத்தும் அப்போது காதி ஆடைகளையே உடுத்துவோம். நான் ராட்டையில் நூல் நூற்பேன். காந்தியின் மாலைப் பிரார்த்தனைகளுக்கு நான் குழந்தையுடன் தவறாமல் போவேன்.

அப்போது கஸ்தூரி பா, ராஜகோபாலாச்சாரியார், அவருடைய மக்கள் லட்சுமி, (நானும், இந்த லட்சுமியும் தோழிகளாக இருந்து பல ஆண்டுகள் எங்களுக்கு இடையே கடிதப் போக்குவரத்து இருந்தது. அவளுக்கும் தேவதாஸ் காந்திக்கும் திருமணம் நடந்தது) மகாதேவா தேசாய், மணிபேன் படேல், மதன்மோகன மாளவியா போன்ற பெரிய மனிதர்களின் அறிமுகமானது. பிரார்த்தனையின் நேரம் பலரின் பஜனைகள் நடக்கும். நான் அப்போது கன்னட தாசர் பாட்டுக்களையும், திரு அப்பய்ய ஷெனை என்ற மகாத்மரின் கன்னடப் பாட்டுக்களையும் பாடுவேன். எல்லோரும் அதைக் கேட்டுப் பாராட்டுவார்கள். அப்பய்யாவின் வார்த்தைகளில் சம்ஸ்கிருதம் அதிகமாக இருக்கும். அது அத்வைத்யத்தை சார்ந்ததாக இருந்ததால் பண்டித்ஜி (மாளவியா) என்னை தன் அருகில் அழைத்து அமரவைத்துக்கொண்டு மறுபடியும் பாடச் சொல்வார். எனக்கு அப்போது பயம் தெளிந்திருந்தது. துணிவுடன் திறந்த குரலில் பாடுவேன். குருதத்தின் இளம் மனதில் இவற்றின் நல்ல விளைவுகள் ஏற்பட்டிருக்கும். மனம் ஒன்றி அந்தச் சின்னக் குழந்தை என் பாட்டுக்களையும் ஸ்லோகங்களையும் கேட்கும்பொழுது கண்களை மூடிக்கொண்டு தியானத்துடன் அமர்ந்திருப்பதைப் பார்த்து எல்லோருக்கும் வியப்பாக இருக்கும். சிறிய வயதில் ஏற்படும் இப்படிப்பட்ட தாக்கங்களே எதிர்கால வாழ்க்கையில் பயனளிக்கும். எனக்கு காந்திஜியின் ஆசிரமத்தில் சேரவேண்டும் என்ற எண்ணம் தோன்றியது. பிரார்த்தனை முடிந்ததும் நாங்கள் காந்திஜியுடன் உள்ளே போவோம். மதிப்புற்குரிய 'பா' காந்திஜியின் தலைக்கு எண்ணெய் தடவுவார். மணிபேன் கால்களுக்கு எண்ணெய் தேய்த்துவிடுவார். காந்திஜி குருதத்தை தன் அருகில் அழைத்துப் பேசுவார். கையில் கற்கண்டைக் கொடுத்து, அவன் தலை மேல் கைவைத்து ஆசீர்வதிப்பார். என்றாவது குருதத் வராவிட்டால் 'குழந்தை ஏன் வரவில்லை?' என்று கேட்பார். பயந்துகொண்டே ஒருநாள் நான் ஆசிரமம் சேரும் எண்ணத்தைத் தெரிவித்தேன். என்னை சும்மா பார்த்தார்: சிரித்தார். "சரி, இல்லை" என்று ஒன்றும் சொல்லவில்லை. எனக்கு மிகவும் வருத்தமாக இருந்தது. ஆனால் மறுபடியும் கேட்கும் துணிவு ஏற்படவில்லை.

எங்கள் மகன் குருதத்தின் மூன்றாம் ஆண்டு பிறந்தநாளை மிகவும் சிறப்பாகக் கொண்டாடினோம். அன்று அவனுக்குப் பிடித்தமான சிகப்பு வண்ண ஆடையை அணிந்து, உடம்பு நிறைய நகைகளைப் போட்டுக்கொண்டு, வீட்டு சொந்தக்காரரை

வணங்கிவர ஓடிப்போனான். அவரும் இவனை உட்கார்வைத்து ஆரத்தி எடுத்தாராம். அவர் வீட்டிலிருந்து திரும்பி எங்கள் வீட்டிற்கு வரும்பொழுது நடுவே வளாகத்தில் மூடி இருந்த கிணறுக்கு அருகே விழுந்துவிட்டான். ‘அம்மா’ என்று கத்தினான். நான் அதைக் கேட்டு வெளியே ஓடிவந்தேன். பையனின் நெற்றியில் அடிபட்டு இரத்தம் சிந்தியது. கூடவே பிள்ளையை தூக்கிக்கொண்டு அருகில் இருந்த டாக்டரிடம் அழைத்துப் போய் சிகிச்சை அளித்து வந்தேன். ஆனால் இப்படி நடந்தது என் மனதிற்கு ஏதோ கெடுதலாகத் தோன்றியது. இரவு பிள்ளைக்கு காய்ச்சல் வந்தது. ஒரு வயதான வைத்தியரின் மேல் எனக்கு நம்பிக்கை இருந்தது. முன்பு என் உடல்நிலை சரியில்லாத போது அவர்தான் மருந்து கொடுத்து என்னைப் பிழைக்க வைத்திருந்தார். அவரையே அழைத்து வந்தோம். நாடி பிடித்துப் பார்த்து மருந்து கொடுத்தார். ஒரு வாரமானாலும் குழந்தையிடம் எந்த முன்னேற்றமும் தெரியவில்லை. குழந்தையோ இரவு வேளையில் உளற ஆரம்பித்தது; அவ்வப்போது கத்தும். பத்துநாட்களில் குழந்தையின் நிலைமை படுமோசமானது.

என் அண்ணனின் மகன் டாக்டர். அவர்கள் குருத்தத்தை மிகவும் விரும்புவார்கள். என் கணவருக்கு எதற்காகவோ அவர்கள் மேல் கோபம். அவனை அழைக்க ஒத்துக்கொள்ளமாட்டார். ஒரு நாள் குழந்தையின் கைகால்கள் குளிர்ந்துபோயின; இறுக்கமாயின; கண் விழிகள் மேலே செருகின. என் அம்மா அழத் தொடங்கினாள். நான் யாரிடமும் சொல்லாமல் என் அண்ணனின் மகனிடம் போய் விவரம் தெரிவித்தேன். அவன் எல்லாவற்றையும் கேட்டுவிட்டு ‘இப்படிப்பட்ட நிலைமையில் நான் பொறுப்பை ஏற்றுக்கொள்ளமாட்டேன்’ என்றான். நான் அவன் கால்களில் விழுந்து ‘ஒரு முறை வந்து பார்த்துவிட்டுப்போ’ என்று அங்கலாய்த்தேன். அவன் சிறிது நேரம் யோசித்தான். குருதத்தின் மேலான அன்பு அவன் மனதைக் கரைத்திருக்கவேண்டும். என்னுடன் வர ஒத்துக்கொண்டான். வந்து பொறுமையாக குழந்தையை பரிசோதித்து, சுடு தண்ணீர் பாட்டில்களை அருகில் வைக்கச் சொன்னான். என் மன ஆறுதலுக்காக ‘க்ரே- பௌடர்’ இன் மாத்திரிகைகளைக் கொடுத்து குழந்தைக்கு அடிக்கடி தண்ணீரில் கரைத்துக் குடிக்க வைக்கச் சொன்னான். “வாசந்தி, உன் அதிர்ஷ்டம் நன்றாக இருந்தால் இந்த அபாயத்தில் இருந்து ‘கொண்டா’ மீண்டு வருவான். இரவு முழுவதும் குழந்தை மேல்

கவனம் இருக்கட்டும். விடிந்ததும் மறுபடி வந்து பார்க்கிறேன்" என்று சொல்லிவிட்டுப் போனான்.

நாங்கள் ஒருவர் மாற்றி ஒருவர் குழந்தையை கவனித்துக்கொண்டோம். எனக்கோ அந்த நோஞ்சான் குழந்தையின் பெரிய பெரிய கண்களைப் பார்க்கும் துணிவே இருக்கவில்லை. கடவுளை நினைத்துக்கொண்டு குழந்தையின் அருகில் தனியாக அமர்ந்து கவனித்துக்கொண்டேன். விடியற்காலையில் குழந்தை கண் திறந்து "அம்மா தண்ணி" என்றது. தெம்பு வந்தது. அப்போது அடைந்த மகிழ்ச்சி என்றும் கிடைத்ததில்லை. அதே நேரம் தெருவில் யாரோ-

"ஜகி சர்வசுகி ஆஸா கோண ஆஹே
விசாரே மனா, தூசி ஷோதனி பாஹே
மனா திவாசிரே பூர்வசஞ்சித கேலே
தயா சாரிகே போகனே பிராப்த ஜாலே"

இந்த ஸ்லோகத்தை தாளத்துடன் இனிமையாக பாடுவது கேட்டது.

அந்த ஸ்லோகம், குரல் இரண்டும் இணைந்து, நான் என் அப்பாவுடன் கழித்த சிறிய என் பால்யத்தின் நினைவை நோக்கி ஓடியது. அவருடைய அன்பான நட்பு, பாசம் என்னை இன்றும் காவலாளியைப்போல என்னைக் காக்கிறது. தன் நினைவு இருக்கட்டுமென்று அவர் அனுப்பி இருந்த 'பரமார்த்த சாதனை' மற்றும் 'மானசே ஸ்லோக' இந்த இரண்டு புத்தகங்கள் இப்போதும் எனக்கு அம்மாவைப்போல ஆறுதல் அளிக்கின்றன. என்ன துயரங்கள் வந்தாலும் அப்பாவையும் இந்த இரண்டு புத்தகங்களையும் மனதில் நினைத்துக்கொள்வேன்.

மறுநாள் டாக்டர் வந்து பார்த்துவிட்டு "இனி பயமில்லை. ஆனால் குழந்தையின் நுரையீரல் பழுதாகி இருக்கிறது, ஆயுர்வேத மருந்துகள் இதற்கு காரணமாக இருக்கலாம். அதற்காக ஒரு மாதம் வேறு சிகிச்சை அளிக்கவேண்டும்" என்றார்.

குருதத் பிழைத்துக்கொண்டான். எனக்கு மகாத்மா காந்தியின் அருகாமை தவறியது. நான் எனக்குத் தெரிந்த கொஞ்ச இந்தியில் காந்திஜிக்கு ஒரு கடிதம் எழுதினேன். அதற்கு அவர் பதில் எழுதி அனுப்பி இருந்தார்:

அன்புள்ள வாசந்தி,

ஆசிரமத்தில் சேர முடியவில்லை என்று நீ வருத்தப்பட வேண்டாம். ஆண்டவனிடம் சிரத்தை, பக்தி வைத்து குழந்தையைக் காப்பாற்று. அவனுடைய உடல், மனத்தை வளர்க்கும் கடமை உனக்கு இருக்கிறது. கணவன் மற்றும் அம்மாவின் சேவையைச் செய். முடிந்த அளவு தேச சேவை செய்.

10-10- 1927 இப்படிக்கு உன்

மோகன கரம்சந்த் காந்தி

இந்த அதிசயமான கடிதத்தை நான் பத்திரமாக வைத்திருந்தேன். 1952இல் அது எப்படியோ தொலைந்துபோனது. உலகப் புகழ் பெற்ற மதிப்பிற்குரிய காந்திஜி என்னைப் போன்ற முட்டாளுக்கு கடிதம் எழுதி இருந்தார் என்றால் யாரும் நம்பமாட்டார்கள். சாட்சியாக இருந்த அந்தக் கடிதமும் காணாமல் போனதால் என்னிடம் வார்த்தைகளே இல்லை. ஆனால் மக்கள் நம்பட்டும் விடட்டும், எனக்கு நம்பிக்கை இருக்கிறது அது போதும். பிறகு சில நாட்களிலேயே மகாத்மா பெங்களூரை விட்டுச் சென்றுவிட்டார்.

குருதத் உடல்நிலை சரியான பிறகு நான், என் அம்மா மற்றும் குருதத் என் அண்ணனின் வீட்டிற்குப் போய்விட்டோம். என் கணவர் வேலையை விட்டுவிட்டு மங்களூருக்குப் போனார். குருதத்தை விட்டுப் பிரியும் பொழுது அவருக்கும், வீட்டாருக்கும் மிகவும் வருத்தமாக இருந்தது. அன்று விட்ட பெங்களூரை நான் இன்றுவரை பார்க்கவில்லை.

மறுபக்கம், கல்கத்தாவில் என் அண்ணன், அண்ணி, என் மற்றொரு அண்ணன் - ஓவியன் - எல்லாம் எங்களை அன்புடன் வரவேற்றார்கள். எங்கள் எல்லோருக்கும் குருதத் ஒருவனே மகன். எல்லோரும் அவனைக் கொஞ்சுபவர்கள்தான். அவனுடைய குறும்புத்தனம், மழலைப் பேச்சு எல்லோரையும் கவர்ந்துவிடும்.

என் அண்ணன் சம்பிரதாயத்தைக் கடைபிடிப்பவர். சாஸ்திர சம்பிரதாயங்களின்படி நடப்பவர். மடி உடுத்திக்கொண்டு பூசை செய்பவர். குருதத் அவர் அருகில் அமர்ந்துகொண்டு அவர் செய்யும் செயல்களை எல்லாம் கவனிப்பான். ஆயிரம் கேள்விகளைக் கேட்டு அவரை நச்சரிப்பான். மடியுடன் இருக்கும் அவரை தெரியாமல் தொட்டுவிடுவான். ஆனால் அவர் என்றும்

கோபித்துக்கொண்டதில்லை. சிரித்துக்கொண்டே பூசையைத் தொடர்ந்து முடித்து பிறகு அவனுக்கு தீர்த்த பிரசாதத்தைக் கொடுத்து அனுப்புவார். காம்பௌண்டில் ஒரு பூனையும் நாய்க்குட்டியும் இருந்தன. அவற்றுடன் விளையாடுவது, அவற்றுக்கு தின்னவும், குடிக்கவும் கொடுப்பது, ஒன்றுடன் மற்றொன்றை சண்டைமூட்டிப் பார்த்து வேடிக்கை பார்ப்பது இது குருதத்தின் பொழுதுபோக்கிற்கு வழியாக இருந்தது. அவனுக்கு அவன் வயதைவிடவும் மூத்தவர்கள்தான் நண்பர்கள். அவர்களிடமிருந்து பம்பரம் விளையாடக் கற்றுக்கொண்டு கைமேல் பம்பரத்தை சுழலவிட்டு விளையாட்டுக் காட்டுவான். குண்டு விளையாடுவதில் அப்பொழுதே தேர்ச்சி அடைந்திருந்தான்.

என் அண்ணன் நேரம் கிடைக்கும்பொழுதெல்லாம் கல்கத்தாவின் முக்கியமான இடங்களுக்கு குதிரை வண்டியில் அழைத்துச் சென்று காட்டுவான். ஒரு முறை ‘மதன்’ தியேட்டரில் மிஸ் கஜ்ஜல் இன் நாடகம் இருந்தது. நாங்கள் எல்லோரும் போயிருந்தோம். எங்கள் அருகில் இரு இளைஞர்கள் அமர்ந்திருந்தார்கள். அவர்களுடன் குருதத் நட்பை ஏற்படுத்திக்கொண்டான். இடைவேளை நேரத்தில் அந்த இளைஞர்கள் குருதத்தை வெளியே அழைத்துக்கொண்டு போனார்கள். நாடகம் தொடர்ந்தாலும் அவர்களின் சுளிவு இல்லை. நாங்கள் அதிர்ச்சி அடைந்தோம். என் அண்ணா என் மீது கோபித்துக்கொண்டான்: “கண்டவங்க கூட நீ பிள்ளையை அனுப்பறயே உன்னை என்ன சொல்ல? அவர்கள் பிள்ளையை அழைத்து வராவிட்டால் என்ன கதி?” நானோ பயந்தாங்கொள்ளி. என் அண்ணன் என் மேல் தவளையைத் தூக்கி எறிவதைப்போல பேசினான். என் பார்வை முழுவதும் கதவுப் பக்கமே இருந்ததே தவிர நாடகத்தின் பக்கம் இருக்கவில்லை. மனதிற்குள்ளேயே ஆண்டவனை வேண்டிக்கொண்டேன்: “ஆண்டவா, என் பிள்ளை என்னிடம் திரும்பிவரும்படி செய்” என்று. வெகு நேரத்திற்கு பிறகு அந்த இளைஞர்கள் பிள்ளையை கொண்டுவந்து கொடுத்தார்கள். பார்த்தால் குருதத் கை நிறைய சாக்கலேட், பிஸ்கட். அவன் மகிழ்ச்சிக்கு எல்லையே இருக்கவில்லை.

நாங்கள் கல்கத்தாவுக்கு வந்து அப்போதே ஒரு மாதம் ஆனது. எங்கே என் கணவர் ‘புறப்பட்டு வா’ என்று சொல்லிவிடுவாரோ என்று பயமாக இருந்தது. இத்தனை நாட்கள் எந்தக் கவலையும் இல்லாமல், வீட்டாரின் கோபமும் இல்லாமல், அமைதியாக ஒருவகை நிம்மதியுடன் காலத்தைப் போக்கிக்கொண்டிருந்தேன்.

கடைசியாக ஒரு நாள் அவரிடமிருந்து தந்தி வந்தது: "அவளையும், குழந்தையையும் உடனே அனுப்பி வைக்கவும்" என்று. துணை இல்லாமல் என்னைத் தனியாக அனுப்ப அண்ணன் ஒத்துக்கொள்ளவில்லை. மூன்று இரவு ஒரு நாள் பயணம். அம்மா தன்னால் வரமுடியாது என்றாள். நானும் வற்புறுத்தவில்லை. மாமியாருக்கும் என் கணவருக்கும் பாம்பு கீரியின் உறவு. எப்போதும் சண்டை - இவர்களுக்கு இடையே சிக்கிக்கொண்டு நான் தவிக்கவேண்டி இருக்கும்.

எப்படியோ ஒரு உறவுக்காரருடன் நானும் குருதத்தும் புறப்பட்டோம். அந்த ஆண்டு மதராசில் காங்கிரஸ் மாநாடு இருந்தது. என் பெரியம்மாவின் மகன், அவன் மனைவி, மூன்று பிள்ளைகளுடன் ஹைதராபாத்தில் இருந்து அங்கே வந்திருக்கும் செய்தியை அறிந்தேன். நானும் குருதத்தும் அவர்கள் தங்கியிருந்த இடத்தைத் தேடிப் போனோம். என் குருதத்திற்கு அங்கே மூன்று கூட்டாளிகள் கிடைத்தார்கள். நான்கு நாட்கள் அவர்களுடனேயே தங்கிவிட்டோம். பல காங்கிரஸ் பெரும்புள்ளிகளை அருகில் இருந்து பார்த்தேன். ஆனால் மகாத்மாவை மட்டும் தொலைவில் இருந்தே பார்த்து ஆறுதல் அடையவேண்டி இருந்தது. பேசுவதோ சாத்தியப்படாது. இன்னும் சில நாட்கள் அங்கேயே இருக்கவேண்டும் என்ற எண்ணம் இருந்தது. ஆனால் இவருடைய அழைப்பை எப்படி மீறமுடியும்? கணவன் எப்படிப்பட்டவனாகவோ இருக்கட்டும், வாயைப்பொத்திக்கொண்டு அவனுடைய கட்டளையை பின்பற்றுவது மனைவியின் கடமை என்று நம்பிய காலம் அது. எதிர்த்துப் பேசவோ, விரும்பாததைச் சொல்லவோ என்னிடம் போதிய துணிவு கிடையாது.

நாங்கள் காசரகோடுக்கு வந்தவுடன் என் நங்கையார், என் கணவர் வேலையை விட்டுவிட்டதாக செய்தி சொன்னார். எனக்கு இடி விழுந்தது போலானது. பிள்ளையுடன் எங்கே இருப்பது? என்ன செய்வது? மாலை இவர் மங்களூரில் இருந்து வந்தார். மறுபடி வேறு வேலை கிடைக்கும்வரை நான் நங்கையாளுடன் தங்கி இருக்கவேண்டும் என்றார். சில நாட்கள் என்னுடன் இருந்து மறுபடியும் மங்களூருக்குப் போனார். அப்போதுதான் அங்கே 'ராஷ்டிர பந்து' என்ற பெயரில் ஒரு பத்திரிகை வெளியானது. கடுகோட்லு சங்கரபட்டர் அதன் ஆசிரியராக இருந்தார். அவருடைய அச்சகத்தில் 'ப்ரூஃப் ரீடர்' ஆக வேலை கிடைத்தது.

என் பாவாவின் மகன் வீட்டில் தங்கினோம். வாரம் ஒருமுறை வெளிவரும் ராஷ்டிர பந்து இலக்கிய இதழில் நான் எழுதத் தொடங்கினேன். பெங்களூரில் இருந்தபொழுது மறைந்த கல்யாணி அம்மாவின் 'சர்ஸ்வதி'யில் என் முதல் முதல் கதை 'வரதட்சிணை' என்பது வெளியானது. அதுதான் இங்கே எனக்கு வாய்ப்பு அளித்தது. இதற்கு இடையேயும் எதையாவது எழுதிக்கொண்டிருந்தேன். பிறகு அங்கே இங்கே என்று அலைந்துகொண்டிருந்ததால் எழுதுவதை நிறுத்தி இருந்தேன். என் உறவினரின் வீட்டில் தங்குவதற்கு நான்கு மாதங்களுக்கு இடம் கிடைத்தது. அவர் நோய்வாய்ப்பட்டு அம்மா வீட்டிற்குப் போயிருந்தார். அவர் வீடு 'சங்கர விட்டல மோட்டார் கம்பனி'க்கு எதிரில் இருந்தது. என் பாவாவின் பேரன் பிரபாகரன், குருதத்தைவிடவும் பெரியவன். ஆனாலும் சில நேரம் குருதத்துடன் விளையாடுவான். தனக்குத் தெரிந்த ஆங்கிலத்தில் குருதத்திற்கு 'நர்சரி ரைம்'களை சொல்லிக்கொடுப்பான்: கதைகளையும் சொல்வான். குருதத் விரும்பிக் கேட்பான். அவன் புத்தகங்களில் இருக்கும் படங்களைப் பார்ப்பான். கேள்விகளைக் கேட்பான். ஏதாவது சண்டை வந்தால் பிரபாகர் குருதத்தை பிரம்பால் அடிக்கத் தயங்கமாட்டான்.

எங்கள் வீட்டிற்கு எதிரில் இருந்த மோட்டார் கம்பனிக்காரர்களுடன் குருதத் நட்பை வளர்த்துக்கொண்டான். பகல் முழுவதும் அங்கேயே இருப்பான். அவர் மோட்டார் பழுதுபார்ப்பதை மிகக் கவனமாக கூர்ந்து பார்ப்பான். அவர்கள் வேலைக்கு நடுவே ஏதாவது பொருள் தேவை என்றால் எடுத்துக் கொடுப்பான். இப்படி ஓட்டுனருடன் மிகவும் நட்பாக இருந்தான். சில சமயம் அவர் தன் வண்டியில் இவனை அழைத்துப் போவார். எல்லோருக்கும் குருதத் வேண்டும். எங்கே போனாலும் மாலை 7 மணிக்குள் வீடு வந்து சேரவேண்டும் என்ற என் கட்டுத்திட்டம் இருந்தது. தானாக வந்துவிடுவான்; இல்லாவிட்டால் அவர்கள் யாராவது கொண்டு வந்து விடுவார்கள். வீட்டுக்கு வந்ததும் கைகால்களை அலம்பி, ஆடையை மாற்றி, கடவுளுக்கு கைகூப்பி வணங்கி, நான் சொல்லிக்கொடுத்த ஸ்தோத்திரங்களை சொல்வான். அப்போதே எழுதப் படிக்கக் கற்றுக்கொடுத்திருந்தேன். மங்களூருக்கு வரும்வரை என் அம்மாதான் அவனை கவனித்துக்கொண்டார்கள். இங்கே வந்ததும் நான் அவன் தேவைகளை கவனித்துக்கொண்டேன். ஆரம்பத்தில் எனக்கும் கொஞ்சம் சிரமமாகத்தான் இருந்தது. பிறகு நான் சமாளித்துக்கொண்டேன். குருதத்தும் சுதாரித்துக்கொண்டான்.

என் பாவாவின் மகன் 'எலோசியஸ்' கல்லூரியில் பேராசியராக இருந்தான். அவனுக்கு 'கிளாசிக்கல்' சங்கீதத்தில் ஆர்வம் அதிகம். எனக்கும் சங்கீதத்தில் விருப்பம் இருந்தது. ஆனால் முறைப்படி எதையும் கற்றதில்லை. அவன் கற்றிருந்தான். அவனிடமிருந்தும் நான் பலவற்றைக் கற்றுக்கொண்டேன். ஆங்கிலம் அவன் விஷயமாக இருந்தது. பிரபல ஆங்கில எழுத்தாளர்களை அறிமுகப்படுத்தி எனக்குள் இலக்கிய ஆர்வத்தை தூண்டியவன் அவன். அப்படி எங்களுக்குள் ஒரு அன்னியோன்னியமான நட்பு ஏற்பட்டிருந்தது. என் கணவருக்கு பொறுக்கவில்லை. ஆனாலும் அங்கே இருந்த நான்கு மாதம் எப்படிக் கழிந்ததோ தெரியவில்லை. மறுபடி அந்த வீட்டை மாற்றும்போது மனதிற்கு வருத்தமாக இருந்தது. அதை விட்ட பிறகு சிறைச்சாலைக்கு எதிரில் எங்களுக்கு வீடு கிடைத்தது. குருதத்திற்கு இங்கே எந்தக் கூட்டாளிகளும் இருக்கவில்லை. அக்கம் பக்கத்துக்காரர்கள் எல்லாம் பொற்கொல்லர்கள். அவர்களையும் தானாகப் போய் அறிமுகப்படுத்திக்கொண்டு, அவர்கள் தங்க வெள்ளி நகைகளை செய்யும்பொழுது அருகே உட்கார்ந்து பார்ப்பது, அவர்களுக்கு வேடிக்கையான கேள்விகளைக் கேட்டு வியக்கவைப்பது, சலுகை கிடைத்தபிறகு அவர்களைப்போலவே தானும் செய்ய முயற்சிப்பது - இவை அவனுடைய தீராத ஆர்வத்தின் விளைவாக இருந்தன. ஒரு நாள் பக்கத்து வீட்டில் ஒரு கிழவி இறந்து போனாள். நான் எவ்வளவுதான் போகவேண்டாம் என்று சொன்னாலும், அவன் என்னை ஏமாற்றிவிட்டு அங்கே போய் எல்லா ஈமச்சடங்குகளையும் பார்த்து வந்தான். நானோ பயந்தாங்கொள்ளி. அவற்றைப் பார்த்து பையன் எங்கே பயந்து நடுங்கிவிடுவானோ என்று அஞ்சினேன். ஆனால் அவனுக்கோ அதைப்பற்றி எந்தக் கவலையும் இருக்கவில்லை. வீட்டுக்கு வந்து எல்லாவற்றையும் பொறுமையாக வர்ணனை வேறு செய்தான். எனக்கோ என் தனிமை வாழ்க்கை சோர்வாக இருந்தது. அதில் இந்த சாவின் செய்தியை எப்படி கேட்டுக்கொண்டு இருப்பது? அதை மறக்கவேண்டும் என்று குருதத்தை அழைத்துக்கொண்டு வெகு தூரம் திரிந்துவரலாம் என்று போனேன். அங்கே தெருவில் காண்பதைப் பற்றி எல்லாம் இடைவிடாமல் கேள்வி கேட்கும் அவனுக்கு பதிலளிப்பது சலிப்பாக இருந்தது. எனக்கு தெரிந்த அளவு பதில் சொன்னால் அவனுக்கு ஆறுதலாக இருக்காது. அந்த பதிலுக்கு மற்றொரு கேள்வியைத் தொடுப்பான். பையன் முடிவில் வெற்றிபெறுவான். அவ்வப்போது அந்த சிறைச்சாலைக்கு கைதிகளை போலீசார் அழைத்துப்போவது, அவர்களை

அடிப்பது, அதற்கு அவர்கள் கத்தல், கதறலைக் கேட்க முடியாமல் தன் காதுகளை கையால் பொத்திக்கொண்டு கண்ணை மூடிக்கொள்வான். “எப்படிப்பட்ட கொடுமைக்காரர்கள் இந்த போலீஸ் அம்மா!” என்று அழுவான். மரண தண்டனை இருக்கும் பொழுது விடியலிலேயே அந்த கொலைகாரர்களின் கதறலைக் கேட்க சகிக்காது. பாவம் குருதத் அதைக் கேட்டு கட கடவென்று நடுங்குவான். அந்த வீட்டில் இருக்கும் பொழுதே குருதத்தின் ஒரு பிறந்தநாளைக் கொண்டாடினோம்.

என் அப்பா சில சமயம் கடிதம் எழுதுவார். அவர் எழுதும் கடிதங்களில், ‘எனக்கு உடல்நிலை சரியில்லை. கவலைப்படவேண்டாம். எப்போதும் ஆண்டவனை நினைத்துக்கொள். அவனை நம்பு. குருதத்தை கவனமாகப் பார்த்துக்கொள். நல்ல குணங்கள் அவனிடம் வளர ஊக்குவிக்கவும். கெட்ட பழக்க வழக்கங்களுக்கு ஆளாக விடவேண்டாம். என்ன ஆனாலும் ஆண்டவன் உன்னை என்றும் கைவிடமாட்டான். என்னிடம் வரும் யோசனையைக் கைவிடு. உங்கள் நிலைமை என்ன என்று எனக்குத் தெரியும். உங்கள் அனைவருக்கும் என் மனமார்ந்த ஆசீர்வாதங்களை இங்கே இருந்தே அனுப்புகிறேன்’ என்று இருக்கும். இது நடந்த சில நாட்களிலேயே அப்பா மாரடைப்பால் இறந்துவிட்டார் என்ற செய்தி வந்தது. கடைசி நேரத்தில் மனைவி, மக்கள் யாரும் அருகில் இல்லாமல், ஜே.ஜே. மருத்துவமனையில் இறந்து போனார். இதைக் கேட்டு என் உயிர் நடுங்கியது. அய்யோ என்று கதறி அழுதேன். என் பிறப்பு பர்மாவில் நடந்தது. எனக்கு மூன்று வயதாகும் முன்பே என் தம்பி பிறந்ததால் என் பராமரிப்பை என் அப்பாவே பார்த்துக்கொண்டார். என் பங்கிற்கு அவர்தான் அம்மாவாக இருந்தார். என் அம்மாவின் குணம் எனக்குப் பிடிக்காது. எப்பொழுதும் கோபம், சிடுசிடுப்பு, அடுத்தவரை குறைசொல்வது, இல்லாத தவறுகளைக் கண்டுபிடித்து எல்லோரையும் வாய்க்கு வந்தபடி திட்டுவது, இதுதான் நடக்கும். அப்பா என் மீது காட்டும் அன்பும் அவளுக்குப் பிடிக்காது. எதிர்மறையாக அப்பா மிகவும் பொறுமைசாலி, நல்ல விவரம் தெரிந்தவர். எங்கள் இந்த அன்னியோன்னியம் கடவுளுக்கே பொறுக்கவில்லையோ என்னமோ, எனக்கு ஆறு வயது இருக்கும் பொழுதே என்னை விட்டுவிட்டு அவர் பம்பாயிக்குப் போய்விட்டார். மூன்று ஆண்டுகள் என்னைப் பார்க்கவில்லை. அவரை கடவுளைப்போலவே மனதில் நினைத்திருந்தேன். அப்படிப்பட்டவர் திடீர் என்று இல்லாமல் போனால் எனக்கு

எப்படி அதிர்ச்சியாக இருக்கவேண்டும்! அப்படி என்ன வயதாகி இருந்ததா? இல்லையே; ஐம்பத்தி மூன்றுதானே.

குருதத்திற்கு தன் தாத்தாவின் நினைவு எப்படி இருக்கமுடியும்? ஆறு மாதக் குழந்தையாக இருந்தபொழுது இவனைப் பார்த்தது. ஆனால் நான் மட்டும் தாத்தாவைப் பற்றி அவனிடம் அடிக்கடி சொல்வேன். ஏதாவது இருந்தால் நான் சொன்ன நினைவுகள் இருக்கலாம். தற்போது குருதத்திற்கு கதைகளைக் கேட்கும் 'பைத்தியம்' அதிகமானது. 'ஏசுவின் கதைகள்', பஞ்சே முங்கேஷாராயரின் 'பாட்டியின் கதை' போன்றவற்றை தேடிக்கொண்டுவந்து, படித்து அவனுக்குச் சொல்வேன். அவனுக்கோ கதை முடியாமல் தூக்கம் வராது. எனக்கோ கதை முடியும்வரை பொறுமை இருக்காது. அதற்காகவே சில சமயம் குருதத் என்னிடம் அடி வாங்கவேண்டி இருக்கும். பாடம் சொல்லிக்கொடுக்கும் பொழுதும் இப்படித்தான் படாதபாடு படுத்துவான். நல்ல வார்த்தைகளால் சொன்னால் எதையும் கேட்டுக்கொள்வான். அதையே நான் கோபத்தில் அடித்து உதைத்து சொன்னால், அவன் பிடிவாதம் நம் பிடிவாதத்தை விடவும் அதிகமாகும். சாப்பாடு, தண்ணியை விட்டு விட்டு ஒரு மூலையில் உட்கார்ந்து வாயைப் பொத்திக்கொண்டே அழுவான். அப்போது அவன் முகம் என் மனதைக் கரைத்துவிடும்.

இவருக்கு வேலை போனது. நான் இப்பொழுது ஆறு மாத கர்ப்பம். யார் ஆதரவைத் தேடவேண்டும் அந்தத் தருணத்தில்? கடைசியாக என் அகமதாபாத் அண்ணனிடம் அடைக்கலம் போகவேண்டியதானது. கடிதம் எழுதினேன். அவருடைய பொருளாதார நிலைமையும் நன்றாக இல்லை. என் அண்ணனை என் பெரியம்மா தத்து எடுத்திருந்தார்கள். அவள் கணவருக்கு அடிக்கடி பைத்தியம் பிடிக்கும். அவள் அடிக்கடி நோய்வாய்ப்படுவாள். இப்படி இருந்தாலும் என் அண்ணன் வரச்சொல்லி செலவிற்கு பணம் அனுப்பி வைத்தான். வீட்டுப் பொருட்களை எல்லாம் ஒரு நண்பரின் வீட்டில் வைத்துவிட்டு அகமதாபாத் புறப்படத் தயாராக இருந்தேன். நாங்கள் மூவரும் பஸ் பிடித்து தாரவாடாவுக்கு வந்து சேர்ந்தோம். என் தாய்மாமன் மகள் அங்கே இருந்தாள். அவர்கள் பணக்காரர்கள். ஊரில் எல்லோருக்கும் தெரிந்தவர்கள். நிறைந்த வீடு. வீட்டில் பசு, வேலையாட்கள். வீடு நிறைய பிள்ளைகள். எங்களை அன்புடன் வரவேற்றார்கள். அப்பொழுது ஹுப்ளியில் தங்கி இருந்த புகழ்பெற்ற ஸ்ரீ சித்தாரூட சுவாமிகளின் தரிசனத்திற்காக மக்கள் கூட்டம் கூட்டமாக போய்க்கொண்டிருந்தார்கள். நானும்

குருதத்துடன் போனேன். அவர் என்றும் பேசமாட்டார். தலை அசைத்தோ, வாயால் 'ஊம்' என்று சொல்லியோ வந்தவர்களை சமாதானப்படுத்துவார். குருதத்தை அவர் காலில் போட்டேன். உடனே அவன் தலைமேல் கைவைத்து, எழுப்பி, பார்த்துச் சிரித்தார். அங்கே கூடி இருந்த மக்களுக்கு வியப்பானது. யாருக்கும் அப்படி செய்யமாட்டார். அவர் தரிசனத்தால் மனதிற்கு நிம்மதி கிட்டியது. நாங்கள் ஒரு வாரம் தாரவாடாவில் இருந்துவிட்டு, பிறகு மும்பைக்குப் புறப்பட்டோம். எங்கள் அத்தை 'கார்' புறநகரில் சொந்தவீடு கட்டி இருந்தார். நாங்கள் அவர் வீட்டிற்குப் போனோம். அவர் என்னையும் என் மகனையும் மிக அன்புடன் வரவேற்றார். அவருடைய மூத்த மகனுடன் என் இறந்துபோன அக்காவின் திருமணம் நடக்கவேண்டி இருந்தது. அவர் இருவருக்கும் நடுவே நெருக்கமான காதல் ஏற்பட்டிருந்தது. துரதிர்ஷ்டவசமாக ஒரே மாதத்தில் என் அக்கா, என் பெரிய அண்ணன், இரண்டாம் அண்ணன் மூவரும் விஷக் காய்ச்சலால் இறந்துவிட்டார்கள். நானும் அதே நேரத்தில் நோய்வாய்ப்பட்டிருந்தேன். இது 1916ஆம் ஆண்டு. நான் பிழைக்கமாட்டேன் என்று என்னை பம்பாயில் ஒரு புகழ்வாய்ந்த மருத்துவமனையில் சேர்த்திருந்தார்கள். மூன்று மாதங்களுக்குப் பிறகு சின்னக் குழந்தையைப்போல எல்லா அவயவங்களும், மூளையும் வேலை செய்யத் தொடங்கியது. இப்படி நான் மட்டும் பிழைத்துக்கொண்டேன்.

என் பாவா என்னைப் பார்த்து மகிழ்ச்சியடைந்தார். அவருக்கு என் அக்கா சுந்தரியின் நினைவு வந்து கண்களில் நீர் நிறைந்தது. ஒரு வாரம் அங்கே தங்கி அகமதாபாதுக்குப் போனோம். அங்கே வீட்டில் பெரிய பிரச்சினையாக இருந்தது. பெரியப்பா இரவெல்லாம் கத்துவார்; என் அண்ணன் அவரை பிரம்பால் அடிப்பார். யாருக்கும் தூக்கம் இருக்காது. ஐந்து மாதங்களை எப்படிக் கழித்தோமோ ஆண்டவனுக்குத்தான் தெரியும். என் கணவரின் விருப்பத்திற்கு எந்த வேலையும் கிடைக்கவில்லை. குருதத் மாலை ஆனால் பயந்துகொண்டு என்னை எங்கேயும் போகவிடமாட்டான். பக்கத்து வீட்டில் சிலர் மருத்துவத் தேர்விற்கு படிப்பதற்காக ஒரு அறையில் தங்கி இருந்தார்கள். குருதத்தின் மேல் அவர்களுக்கு பாசம். வகுப்பு இல்லாத நேரங்களில் அவனை அழைத்துக்கொண்டு போய் அவனுக்கு பட்டம், குண்டு, பம்பரம் போன்ற விளையாட்டுப் பொருட்களை வாங்கிக் கொடுப்பார்கள். தங்களுடன் வெளியே அழைத்துப் போவார்கள். அதிக நேரம் அவன் வெளியேயே இருக்கட்டும்

என்று நானும் கட்டுப்படுத்தவில்லை. ஏன் என்றால் வீட்டின் இந்த மோசமான நிலைமை சிறுவனின் மனதில் ஏதாவது பாதிப்பை ஏற்படுத்திவிடுமோ என்ற பயத்தால். அதற்குள் என் அண்ணனே எங்களை அங்கே இருந்து புறப்படச்சொல்லி வற்புறுத்தினான். எட்டுமாத கர்ப்பிணி நான். எங்கே போவது? கையில் காசும் கிடையாது. தேகத்தை மறைக்க சரியான ஆடைகளும் இல்லை. அறிவுரை சொல்லப் பெரியவர்களும் இல்லை. கடைசியாக வழி இல்லாமல் கலகத்தாவிற்குப் போவது என்று முடிவெடுத்தோம். பக்கத்து வீட்டு அந்த இளைஞர்களே குருதத்தை இரயில் நிலையம்வரை அழைத்துவந்து விட்டு, அவனுக்கு பிஸ்கட், பூரி-கிழங்கு, பப்பர்மெண்ட் வாங்கிக்கொடுத்து, அத்துடன் என் கையில் இருபத்திஐந்து ரூபாயை வைத்து "உங்களிடம் இருக்கட்டும், பயணத்தில் தேவைப்படும். எப்பொழுது வசதிப்படுமோ அப்போது திருப்பிக் கொடுப்பீர்களாம்" என்று சொன்னார்கள். அவர்கள் அன்று செய்த உதவி, பிள்ளையின் மேல் அவர்கள் காட்டிய பாசம், நான் என்றைக்கும் மறக்கமாட்டேன்.

குருதத் அவர்களை விட்டு வரும்பொழுது வருத்தமாக இருந்தான். ஆனால் அந்த வீட்டின் சூழ்நிலையிலிருந்து வெளிவந்ததாலும், இரயில் பயணத்தின் உற்சாகத்தாலும் மகிழ்ச்சியாக இருந்தான். இரயில் புறப்டும்பொழுது அவர்களுக்கு கையசைத்து 'பை பை' சொன்னான். காலத்தைப்போல இரயில் முன்னே முன்னே போக அவர் முகங்கள் மறைந்தன. குருதத் சில நொடிகளிலேயே தூங்கிவிட்டான். ஒன்றரை நாட்கள் இரயில் பெட்டிக்குள்ளேயே கழித்து கல்கத்தா வந்தடைந்தோம். குருதத்திற்கு பழையன சில நினைவில் இருந்திருக்கலாம். வந்தவுடன் தன் பழைய நண்பர்களுடன் சேர்ந்துவிட்டான். கணவருக்கு ஒரு சாதாரண வேலை கிடைத்தது. ஒன்றரை மாதங்களில் மற்றொரு ஆண் குழந்தை பிறந்தது. குருதத்தின் வியப்பிற்கு அளவே இல்லை. குழந்தையை விட்டு ஒரு நொடியும் விலகாமல் இருந்தான். தன் விளையாட்டு படிப்பு எல்லாம் விட்டுவிட்டான். தொட்டிலை ஆட்டுவது, குழந்தை அழுதால் கைதட்டி ஆறுதல் சொல்வது அவன் வேலையானது. குழந்தையைப் பார்த்து அவனுக்கு பொம்மை நினைவு வந்திருக்கலாம். குழந்தைக்கு மூன்று மாதம் ஆனவுடன் நாங்கள் வேறொரு அறையை வாடகைக்கு எடுத்துக்கொண்டோம். நாங்கள் இருந்த வீட்டிற்கு எதிரே ஒரு விசாலமான மைதானம் இருந்தது. மாலையானதும் ஒரு வங்காளி சில பிள்ளைகளை அழைத்துவந்து பலவகையான விளையாட்டுக்களை சொல்லிக்

44

கொடுப்பான்; அவர்களை தாகூரின் பிரார்த்தனைப் பாட்டுக்களை பாடவைப்பான். நாங்கள் இருந்த வீட்டின் இரண்டாம் மாடியில் என் பெரியம்மாவின் மகன் வசித்து வந்தான். அவன் குழந்தைகளும் குருதத்தும் மைதானத்திற்குப் போய் அந்தக் பிள்ளைகளுடன் சேர்ந்து விளையாடுவார்கள். அங்கே அவன் கற்ற கவிதையையோ பாட்டையோ வீட்டிற்கு வந்ததும் குருதத் என்னிடம் ஒப்புவிப்பான். அவனுக்கு அப்போது நான்கு வயதாகி இருந்தது. அப்பொழுதே அவனுக்குப் பள்ளிக்குப் போக ஆசை. அவன் அப்பாவிற்கு வங்க மொழியே பிடிக்காது. அவனை வங்காள பள்ளிக்கு அனுப்பக்கூடாது என்று ஒரே பிடிவாதம். அதனால் அருகிலேயே இருந்த ஒரு முனிசிபாலிட்டி பள்ளியில் அவனைச் சேர்த்தோம். அந்த பள்ளி ஆசிரியரின் நடத்தை, பிள்ளைகளுக்கு அவர் கொடுக்கும் இம்சைகளைப் பார்த்து குருதத் அதிர்ந்துபோனான். மாலை பையன் வீட்டிற்கு வரும்பொழுது அவன் சோர்ந்த முகத்தை பார்த்தால் போதும், என் வயிறு கலங்கும். பள்ளிக்குப் போகும் உற்சாகம் ஒரே நாளில் மாயமானது. பள்ளிக்குப் போகப் பையன் மிகவும் தயங்கினான்.

அப்போது என் இரண்டாம் மகன் 'சசிதர்' மூன்று நாட்கள் நோய்வாய்ப்பட்டு இறந்துவிட்டான். குருதத்திற்கு மிகவும் வருத்தமானது. துயரத்தால் அவனுக்கு காய்ச்சல் வந்தது. எனக்கு அதிர்ச்சியாக இருந்தது. அண்ணன் வீட்டிற்குப் போகலாம் என்றால் அண்ணன் தன் வீட்டிற்கு வரவிடவில்லை. பத்தபூக்கூர் தெருவில் மற்றொருவருடன் இருக்க ஏற்பாடு செய்தான். அங்கே போனதும் குருதத்திற்கு காய்ச்சல் குறைந்தது. அங்கே அப்பொழுதுதான் தொடங்கிய மதராஸ்காரர்களின் பள்ளிக்கு அவனை அனுப்பினோம். ஐந்து பிள்ளைகளுடன் தொடங்கிய அந்தப் பள்ளிக்கூடம் 'தேசிய உயர்நிலைப் பள்ளி' வரை வளர்ந்தது. 'ஆத்மாராம்' மற்றும் குருதத் இருவரும் அதே பள்ளியில் பயின்றார்கள். அமைதியை இழந்த வீடு அதை மெல்ல மெல்லத் திரும்பப் பெற்றது. குருதத் தன் தம்பிக்கு நாள் முழுவதும் பாதுகாவலனாக இருந்தான். அவனுக்கு சிறு வயதிலிருந்தே சிகப்பு நிறம் என்றால் மிகவும் விருப்பம். ஒருநாள் ஸ்டவ்வை அணைத்துவிட்டு, குழந்தையிடம் போனபொழுது குருதத் எங்கேயோ இருந்து ஓடிவந்து சிகப்பாக இருந்த ஸ்டவ் மேல் தனது நான்கு விரல்களையும் வைத்துவிட்டான். உடனே 'அம்மா' என்று கதறினான். அருகே சென்று பார்த்தால் அந்த நான்கு விரல்களிலும் சுட்ட கொப்புளங்கள். கண்களில் இருந்து கண்ணீர் சிந்தியதே

தவிர வாயால் பேச்சு வரவில்லை. அந்தப் சகிப்புத் தன்மை அவன் வயதிற்கு மீறியது.

ஏப்ரல் மே மாதங்களில் வங்காளிகள் ‘போயிரா வைசாகா’ என்ற பண்டிகையை திருவிழாப் போல கொண்டாடுவார்கள். கிராமங்களில் இருந்து வண்ண வண்ண பொம்மைகளை, பல வகையான விளையாட்டுப் பொருட்களை மக்கள் கொண்டு வருவார்கள். கூடும் அந்தத் திருவிழா ஒரு வாரத்திற்கு நடக்கும். அதைப் பார்க்க என்றே பல இடங்களில் இருந்து மக்கள் வருவார்கள். வருபவர்களுக்கு இரவைக் கழிக்க ஏற்பாடுகள் இருக்கும். நாடகம், பாட்டு, நடனம் போன்றவற்றை அங்கே அமைத்த மேடையில் நடத்துவார்கள். குருதத் பக்கத்து வீட்டுக்காரர்களுடன் அங்கேயே இருப்பான். அவனுக்கு மொழிச் சிக்கல்கள் கிடையாது. வங்க மொழியை நன்றாகப் பேசுவான். தமிழையும் கொஞ்சம் தெரிந்து வைத்திருந்தான். அங்கே நடக்கும் எல்லாவற்றிலும் அவனுக்கு ஒரு ஆர்வம். இரவு பார்த்ததை எல்லாம் மறுநாள் என்னிடம் சொல்லுவான்.

குருதத்திற்கு ஆறுவயது நடக்கும் பொழுது நாங்கள் அந்த வீட்டை விட்டு, அதே தெருவில் வேறு வீட்டிற்கு குடி போனோம். இரண்டு சுதந்திர அறைகள் கிடைத்தது அதுதான் முதல் முறை. எங்களுக்கு அருகிலேயே என் தூரத்து உறவினர் ஒருவர் இருந்தார். பிள்ளைகளுக்கு விளையாட வராந்தா இருந்தது. குருதத் தன் சிறிய மட்டையால் கிரிக்கெட் விளையாடுவதை அப்பொழுதே தொடங்கினான். அக்கம் பக்கத்துப் பிள்ளைகளை எல்லாம் தன்னுடன் சேர்த்துக்கொண்டு விளையாடுவான். விளையாடாத போது கதைகளை என்னை முதலில் படிக்கச் சொல்லி கேட்டு, அங்கே இருந்து மறுபடியும் அவனே படிப்பான். மற்ற நேரங்களில் விளையாட தம்பி ஆத்மாராம் இருப்பான். நாங்கள் இருந்த இடத்தில் ‘ருத்திரா’ என்ற கிருத்துவர் ஒருவர் வசித்துவந்தார். அவர் பேராசியராக இருந்தார். அவர் குருதத்தை விடவே மாட்டார். அடிக்கடி அவனை அழைத்துப்போய் கணக்கு சொல்லிக் கொடுப்பார். என் அம்மா மற்றும் கணவர் அனுப்ப ஒத்துக் கொள்ளமாட்டார்கள். ருத்திராவுடன் பேசிக்கொண்டிருக்க சலிக்கமாட்டான். என்னதான் இருவரும் பேசுவார்களோ ஆண்டவனுக்குத்தான் வெளிச்சம்.

குருதத்திற்கு சில விஷயங்களில் பிடிவாதம். தான் சொல்வதுதான் நடக்க வேண்டும். படிப்பில் அப்படி ஒன்றும் பெரிய ஆர்வம்

இருக்கவில்லை. ஆனால் மற்ற கதைப் புத்தகங்களை அதிகமாகப் படிப்பான். பாடப் புத்தகங்கள் என்றால் ஒதுக்கிவிடுவான். அதனால் அவனுக்கு சொல்லிக்கொடுக்க என்னிடம் பொறுமை கிடையாது. சில சமயம் உதையும் வாங்குவான்.

அந்த வீட்டில் நாங்கள் ஐந்து ஆண்டுகள் இருந்தோம். சிறிய வயதிலேயே அவனுக்கு கூத்தாட்டம் (வங்கத்து புகழ் பெற்ற 'ஜத்ரா') பார்க்கும் பழக்கம். இரவு முழுவதும் எங்கள் வீட்டிற்குப் பின்புறத்தில் அந்தத் திருவிழா நடக்கும். இராமாயணம், மகாபாரதம், ஹரிச்சந்திரா போன்ற புராணக் கதைகளின் அடிப்படையில் நாடகத்தைப் போலவே அந்த மைதானத்தில் நடத்துவார்கள். ஆண்களே பெண்கள் வேடம் போடுவார்கள். குருதத் இரவு முழுவதும் தன் நண்பர்களுடன் தூக்கம் கெட்டு இதைப் பார்த்து வருவான். பகலில் தம்பியிடம் தான் பார்த்து வந்த நாடகத்தை நடித்துக் காட்டுவான். ஆத்மாராமும் அண்ணனின் நடிப்பைப் பார்த்துக் கைகொட்டிச் சிரிப்பான். குருதத்திற்கு குரல் நன்றாக இருக்கவில்லை. ஆனாலும் அவன் பாடுவதை விடவில்லை. இவன் பாட்டிற்கு ஆத்மாராம் கைக்கொட்டி ஆடுவதைப் பார்க்க வேடிக்கையாக இருக்கும். எங்கள் பொருளாதார நிலைமை என்றும் நன்றாக இருந்ததில்லை. அப்படி இருக்க எப்படியோ பணத்தைப் புரட்டி அவனுக்கு 'செகண்ட் ஹேண்ட்' புத்தகத்தை வாங்கிக் கொடுத்தால் அவனுக்கு மகிழ்ச்சி தாளாது. அதை எடுத்துப் போய் தன் நண்பர்களிடம் பெருமையாகக் காட்டுவான். ஆத்மாராமை நான்கு வயது நிறைந்தவுடன் நேஷனல் பள்ளியில் சேர்த்தோம். இருவரும் ஒருவர் கையை மற்றவர் பிடித்துக்கொண்டு பள்ளிக்குப் போவதைப் பார்த்தால் இராம இலக்குவரின் நினைவு வரும். அதே தருணத்தில் மகள் லலிதா பிறந்தாள். குருதத் வீட்டில் தம்பியை கவனித்துக் கொள்வான். நான் மருத்துவமனையில் இருந்து வந்ததும் அவர்கள் இருவருக்கும் அப்படி ஒரு ஆனந்தம்! குழந்தையை விட்டு இருவரும் நகரவே மாட்டார்கள். அந்த மகளோ எப்பொழுதும் 'அழு மூஞ்சி', அழுது கொண்டே இருக்கும். பார்க்கவும் மிக மெலிதாக இருக்கும். குருதத் அதன் அழுகையை நிறுத்த தன்னால் ஆனா முயற்சியை செய்வான்.

அதே சமயத்தில் என் அண்ணனுக்கு பர்மாவிற்கு மாற்றலானது. அவர்கள் வசித்த வீட்டிற்கு நாங்கள் போனோம். அங்கே அவர் வீட்டிற்கு அருகிலேயே காளி கோயில் இருந்தது. நவராத்திரியில் அங்கே பெரிய திருவிழா நடக்கும். துர்காஷ்டமி

நாள் மிகவும் சிறப்பாக இருக்கும். நாடகம், பாட்டு, நடனம் போன்றவை நடக்கும். அது மட்டுமல்லாமல் தீபாவளி நேரத்திலும் காளி பூசை சிறப்பாக நடக்கும். குருதத் அங்கே நடப்பதை எல்லாம் சாப்பாடு தூக்கத்தை விட்டுவிட்டுப் பார்ப்பான். பண்டிகைகள் இல்லாவிட்டாலும் விடியற்காலையிலும் மாலையிலும் அங்கே போவான். தேவியை கை குவித்து வணங்குவான். திரும்பி வரும்பொழுது பிச்சைக்காரர்களுக்கு தான் சேர்த்துவைத்த காசைக் கொடுப்பான். காசில்லாவிட்டால் தான் தின்னும் பலகாரத்தையாவது கொடுத்து விடுவான். வீட்டிற்கு முன்னால் இருக்கும் மைதானத்தில் பிள்ளைகள் எல்லாம் கூடி விளையாடும்பொழுது ஏதாவது சண்டை வந்தால், பிள்ளைகள் ஒருவருடன் ஒருவர் அடித்துக்கொண்டால் அவன் என்றும் வீட்டில் புகார் சொல்லமாட்டான்.

அப்பொழுது எங்கள் ஊரில் இருந்து வந்த ஒரு வேலைக்காரனை எங்களிடம் வேலைக்கு வைத்துக்கொண்டோம். எங்கள் கெட்ட நேரம் அவன் வேலைக்கு சேர்ந்த ஒரே வாரத்தில் நோய்வாய்ப்பட்டான். பிள்ளைகள் எல்லாம் அவன் படுக்கைக்கு அருகேயே விளையாடுவார்கள். அவனுக்கு தண்ணீர், மருந்தை எல்லாம் குருதத் கொடுப்பான். நான்காவது நாள் என் ஓவியர் அண்ணன் வந்தார். அவனைப் பார்த்தார். அவன் உடம்பில் அம்மை நோயின் அறிகுறியைப் பார்த்து பிள்ளைகளை அவன் அருகே விடுவதற்காக என்னைத் திட்டினார். உடனே அவனை மருத்துவமனையில் சேர்த்தோம். அந்த கிராமத்துக் கிழவன் மருத்துவமனையில் இருந்து தப்பி ஓடிவிட்டான் என்றும், சிலர் அவன் இறந்துபோனான் என்று செய்தியை பரப்பினார்கள். ஆனால் இன்றுவரை அவன் என்ன ஆனான் என்று தெரியவே இல்லை.

1934இல் பீகாரிலும் கல்கத்தாவிலும் மிகப் பெரிய அளவில் பூகம்பம் ஏற்பட்டது. பீகாரில் ஆயிரக் கணக்கில் மடிந்தார்கள். வீடு - பொருட்களை இழந்து ஆயிரத்திற்கும் அதிக மக்கள் அனாதைகளானார்கள். கல்கத்தாவிலும் அவ்வப்போது சின்னச்சின்ன பூகம்பங்கள் ஏற்படும் அனுபவம் எங்களுக்கு இருந்தது. ஆனால் இப்போது சுமார் பதினைந்து நிமிடங்கள்வரை ஏற்பட்ட பூகம்பத்தால் உண்டான நட்டத்தை யாராலும் சொல்லமுடியாது. ஏழைகளின் குடிசைகள் எல்லாம் அழிந்து போயின. பலர் உயிரிழந்தார்கள். எங்கள் பிள்ளைகள் அப்பொழுது

எதிரில் இருந்த மைதானத்தில் விளையாடிக் கொண்டிருந்தார்கள். உயரமான சுவர் ஒன்று இடிந்து விழுந்தது. புண்ணியத்திற்கு யார் உயிருக்கும் அபாயமில்லை. பிள்ளைகள் கத்தத் தொடங்கினார்கள். அவர்கள் அருகே செல்ல எங்கள் கால்களை முன்னால் எடுத்துவைக்க முடியவே இல்லை. தலை, உடம்பு எல்லாம் சுற்றியது. குழந்தைகளை போய் அழைத்து வரலாம் என்றால் முன்னால் வைத்த கால்கள் தவறி எங்கேயோ போகும். பூகம்பம் நின்ற பிறகு குழந்தைகள் தங்கள் வீடு சேர்ந்தார்கள். இரவு முழுவதும் பயம். மறுபடியும் எங்கே பூகம்பம் ஏற்படுமோ, தலைக்கு மேல் வீடே விழுந்துவிடுமோ என்ற பீதி. கடவுள் அருளால் அப்படி எதுவும் நடக்கவில்லை.

அண்ணனுக்கு மறுபடியும் மாற்றலாகி கல்கத்தா வந்தார். நாங்கள் திரும்பவும் வேறு வீட்டிற்குப் போகவேண்டியதானது. அந்த வீடு சிறிது தொலைவில் இருந்ததால் பிள்ளைகள் பள்ளிக்குப் பேருந்தில் போகவேண்டியதானது. அந்த வீட்டிற்கு படுக்கை அறை ஒரு பக்கமும், சமையல் அறை மற்றொரு பக்கமும் இருந்தது. குளியல் அறையோ இரண்டிலிருந்து வெகு தூரம் ஒரு மூலையில் இருந்தது. குளியலுக்கு தண்ணீரை சமையலறையிலிருந்து எடுத்துச் செல்லவேண்டும். குளியலைறைக்கும் சமையலறைக்கும் நடந்தே கால்கள் ஓய்ந்துபோகும்.

லலிதாவுக்கு அப்போது மூன்று வயது நிரம்பியது. சிறியவளாக இருந்த பொழுதே மிகவும் பிடிவாதம். அதற்காக என்னிடம் அடிக்கடி உதை வாங்குவாள். என் அம்மா தன் மகன் வீட்டில் பேரனின் பிறப்பிற்காக காத்திருந்தாள். எனக்கு என் வீட்டு வேலை, குழந்தைகளின் குறும்புத் தனம், அவர்கள் பிடிவாதம் போன்றவைகளைச் சமாளிக்கவே முடியாது. குருதத்திற்கு அப்போது ‘வெங்கடன்’ என்ற அதே பள்ளியில் படிக்கும் பையனின் நட்பு ஏற்பட்டது. அதனால் அவன் நேரத்திற்கு சரியாக வீட்டிற்கு வரமாட்டான். பள்ளிக்கும் போவதில்லை என்றும் தெரிய வந்தது. புத்திசாலியான பணிவான என் மகன் பேயரைந்ததுபோல, சிலநேரம் என்னை எதிர்த்துப் பேசுவான். அதைப் பார்த்து எனக்கு பயம் ஏற்படும். மகன் ஏதோ தவறான பாதையில் போகிறான் என்று சந்தேகம் ஏற்பட்டது. நடந்த நிகழ்வுகளால் அது உறுதியானது. பல சமயம் வீட்டில் பணம் வைத்த இடத்திலிருந்து காணாமல் போகும். ஒருநாள் தன் அப்பாவின் சட்டைப் பையிலிருந்து பத்து ரூபாயை எடுப்பது

என் கண்ணில் பட்டது. அன்று நான் அவனை அடித்ததுபோல என்றும் அடித்தது இல்லை. குருதத்தின் மனது மென்மையானது. தான் செய்தது தவறு என்று புரிந்தது. தவறை ஏற்றுக்கொண்டு இனி என்றும் செய்யமாட்டேன் என்று வாக்களித்தான். வெங்கடனின் சகவாசம் அன்றிலிருந்து முடிந்தது. அன்றிலிருந்து அவன் என்றும் பொய் சொன்னதில்லை. மற்றவர்கள் பொய் சொன்னால் பொறுக்கமாட்டான். மறுபடி அவன் முதலில் இருந்த குருதத் ஆனான்.

எனக்கு நான்கு மாத கர்ப்பம் கலைந்துவிட்டது. இதனால் பலவீனமாக இருந்தேன். குளியலறைக்கு சுடுதண்ணி எடுத்துப் போகும்பொழுது வழுக்கி விழுந்துவிட்டேன். சுதாரித்துக்கொள்வதற்காக பல சிகிச்சைகளை பெற்றாலும், குடும்ப வாழ்க்கை சலித்துப்போனது. அந்த நோயால் நான் பிழைத்து வந்ததே பெரிது. குருதத் மீது எல்லாப் பொறுப்பும் விழுந்தது. என் அம்மா காலையில் வந்து சமையல் செய்துவைத்துவிட்டுப் போவார். குழந்தைகளை குருதத் சமாளித்தான். டாக்டர் என்னை ஆறு மாதங்கள் முழு ஓய்வில் இருக்கச் சொன்னதால் வழியில்லாமல் திரும்பவும் அகமதாபாதில் அண்ணனிடம் போகவேண்டியதானது. அந்த அண்ணன் அப்பொழுது மில் மேற்பார்வையாளராக இருந்தார். வீட்டில் எல்லா வகையான வசதிகளும் இருந்தன. அவனுக்கு இரண்டு பிள்ளைகள். ஒரு பெண், ஒரு ஆண். பெண் என் ஆத்மாராமின் வயது; ஆண் லலிதாவின் வயது. குருதத்திற்கு அப்போது பத்து வயது நிறைவடைந்திருந்தது. அந்த வயதில் குழந்தைகளுக்கு ஆர்வம் அதிகம். தன் மாமாவின் மனதைக் கவர்ந்து, அவ்வப்போது அவன் ஒப்புதலைப் பெற்று மில்லுக்குள் போய், துணி நெய்வது, நூல் எடுப்பது, நூலுக்கு வண்ணம் போடுவது போன்ற வேலைகளை உன்னிப்பாக கவனிப்பான். மாமன் கார் ஓட்டும் பொழுது அருகே அமர்ந்து பல கேள்விகளைக் கேட்பான். அவர் கார் ஓட்டுவதை கவனமாகப் பார்ப்பான். மில் கூலிகளுடன் அரட்டை அடிப்பான். இவன் அப்படி கூலிக்காரர்களுடன் கலப்பது அவன் மாமனுக்கு பிடிக்கவில்லை. அந்தக் காலத்தில் எசமான் மற்றும் வேலைக்காரர்களின் இடையேயான வேற்றுமை தீவிரமாக இருந்தது. அப்பொழுது யூனியன்கள் கிடையாது. கூலிக்காரர்களை தேவைப்பட்டபடி பயன்படுத்திக் கொள்வார்கள். சிறிய தவறானாலும் சரி, எசமான்கள் இடுப்பு வாரால் வெளுத்து வாங்குவார்கள். குருதத் இதுபோன்ற நிகழ்வுகளைப் பார்க்கும் பொழுது இரக்கப்படுவான். “இது எதற்கு இப்படி?” என்று தன்

மாமனிடம் கேட்கும் துணிவு கிடையாது. ஓரிரு மாதங்கள் நாங்கள் அங்கே கழிப்பதற்குள் எங்கள் அண்ணனுக்கு எங்கள் மேல் சலிப்பு ஏற்பட்டது.

அப்பொழுது என் அண்ணன் "நீ எதற்கு ஏதாவது வேலை செய்யக்கூடாது?" என்று தன் மனதில் இருந்ததை வெளிப்படுத்தினான். அதுமட்டுமல்லாமல் நான் பத்திரிகைகளில் எழுதுவது என்னுடையதல்ல, என் கணவர் எழுதிக் கொடுப்பதை என் பெயரில் பிரசுரிக்கிறேன் என்று என்னை இளக்காரமாகப் பேசினான். என் மனதை அது மிகவும் பாதித்தது. ஆனால் அது எனக்கு சாதகமானது. என் திறமை வெளிப்படக் காரணமானது. பிடிவாதமாக பதினைந்து நாட்களில் இந்தி மொழியில் 'ஜவானிகி ஜுர்மா' என்ற கதை ஒன்றை சினிமாவிற்காக எழுதினேன். எனக்கோ சினிமாவின் நடைமுறை வழக்கங்கள் எதுவும் தெரியாது. சில நாட்களுப் பிறகு பம்பாய் வந்த பின் ஒரு நண்பரின் வழியாக 'ரணஜித் மூவிடோன்' ஸ்டூடியோவிற்குப் போய் சந்தலால் ஷஹா, சதுர்புஜா தோஷி இவர்களை சந்தித்தேன். அவர்களிடம் என் கதையைக் கொடுத்தேன். அவர்கள் அதை ஏற்றுக்கொண்டார்கள். அப்பொழுது மிஸ் கோஹர் புகழ் பெற்ற நடிகையாக இருந்தார். எப்படியோ ஒரு வழியாக சினிமாத் துறையில் நான்தான் முதலில் அடி எடுத்து வைத்தவள் என்று சொல்லலாம். சில படப்பிடிப்புகளைப் பார்க்கப்போகும் பொழுது குருதத்தையும் கூடவே அழைத்துச் செல்வேன். அவனைப் பார்த்து அவர்களுக்கு மிகவும் நெருக்கமான உணர்வு ஏற்பட்டது. அவன் எதிர்கால வாழ்க்கை - தொழிலுக்கு மறைமுகமாக இது தொடக்கமானது. மும்பையில் இருந்தபொழுது இந்த முறை திருமதி ஹீராபாயி படோதேகர், திரு அப்துல் கரீம் கான் சங்கீதத்தை அருகில் இருந்து கேட்கும் பாக்கியம் எனக்கும் குருதத்திற்கும் கிடைத்தது. குருதத் மூன்று - நான்கு மணி நேரங்கள் ஆழ்ந்து இசையைக் கேட்பான்! அவனுக்கு சலிப்பே ஏற்படாது.

அந்த தருணத்தில் புகழ்பெற்ற உதயஷங்கரின் நாட்டியக் குழு பம்பாய்க்கு வந்தது. என் நண்பர் ஒருவர் இரண்டு 'பாஸ்' வாங்கிக்கொடுத்தார். குருதத்திற்கு என்னுடன் வரவேண்டும் என்ற விருப்பம். ஆனால் முடியவில்லை. எப்படிப்பட்ட நாட்டியம் அது! இந்தப் பிறவியில் நான் அதை எப்பொழுதும் மறக்கமாட்டேன். அவர்களின் சிவ - பார்வதி நாட்டியத்தைப் பார்க்கும் பொழுது உண்மையாகவும் சிவ - பார்வதி கைலாசத்திலிருந்து இறங்கி

வந்துவிட்டார்களோ என்ற உணர்வு ஏற்படும். பின்னணியில் அந்தப் பழங்காலத்து வாத்தியங்கள், புராண ஆடை அணிகலன்கள், அந்த நடிக நடிகைகள், செதுக்கியது போல நுண்ணிய அவர்களின் அசைவுகள், ஒன்றா இரண்டா, எல்லாம் கண்ணைப் பறிப்பதுபோல நடந்தன. பார்த்துப் பெருமிதமடைந்தேன். பம்பாயிக்கு வந்தது நல்லது என்று தோன்றியது. ஆனால் வீட்டிற்கு வந்ததும் ஆனந்தத்தால் மிதந்துகொண்டிருந்த என் மனம் சர்ரென்று இறங்கிவிட்டது. கட்டிய கனவுகள் எல்லாம் உடைந்து நொறுக்கிப்போயின. குருதத் தன்னை அழைத்துப் போகவில்லை என்று அழுது, சாப்பிடாமல், வீட்டிற்கு வெளியே உட்கார்ந்திருந்தான். அவனை ஆறுதல்படுத்த எனக்கு போதும் போதுமென்றானது. மூன்று நாட்கள் ஒருவகையான துயர அமைதி நிலவியது. என்னிடம் சொன்னான்: “அம்மா, நானும் ஒருநாள் உதயஷங்கரைப்போல மேடை ஏறி உனக்குக் காட்டுவேன். பார்” என்று. கு ழந்தைகள் பேச்சை யார் மதிப்பார்கள்? சிரித்துவிட்டேன். ஆனால் ஒருமுறை மனதிற்குள் புகுந்த பிடிப்பை ஈடேற்றாமல் அவன் விடமாட்டான் என்பது அப்பொழுதே தெரிந்தது.

நாங்கள் கல்கத்தாவிற்கு மறுபடியும் வந்து சேர்ந்தோம். எனக்கோ உழைத்து சம்பாதித்து வீட்டிற்கு பணம் கொடுக்கவேண்டும் என்ற பிடிவாதம். குருதத்திற்கோ தான் உதயஷங்கர் ஆகவேண்டும் என்ற பிடிவாதம். என் ஓவியர் அண்ணன் பப்ளிசிட்டி வேலை செய்வதால் அவருக்கு உதயஷங்கரின் அறிமுகமிருந்தது. குருதத் அவர் நுழைவு சீட்டுடன் பலமுறை உதயஷங்கரின் காட்சிகளுக்குப் போயிருக்கிறான். அவர் குழுவில் இருந்தவர்களை எல்லாம் அறிமுகம் செய்துகொண்டான் என்பது பல நாட்களுக்குப் பிறகு எனக்குத் தெரிந்தது. பிள்ளைகளை அப்பொழுது சினிமாவுக்கு அனுப்பும் காலமாக இல்லாவிட்டாலும் தன் தாய்மாமனுடன் சேர்ந்து போய் நல்ல நல்ல ஆங்கிலப் படங்களைப் பார்ப்பான். அவன் என்னிடம் எந்தச் செய்தியையும் மறைத்ததில்லை. ஆனால் தான் நாட்டியம் கற்றதை மட்டும் இரகசியமாகவே வைத்திருந்தான். எங்களுக்கு திடீர் என்று வியப்பை அளிக்கவேண்டும் என்பது அவன் விருப்பம்.

நான் ‘போல்டா -மேன்ஷனில்’ வசிக்கத் தொடங்கியவுடன், இரண்டு குஜராத்தி பெண்களுக்கு ஆங்கிலம் கற்றுக்கொடுத்தேன். பத்து ரூபாய் கொடுப்பார்கள். முதல் பத்து ரூபாய் கைக்கு வந்ததும் அப்படி ஒரு மகிழ்ச்சி! எப்படிப்பட்ட தன்னம்பிக்கை,

துணிவு என்னிடம் ஏற்பட்டது! அங்கே இருந்து புதிதாக தொடங்கிய 'சிசு மங்கள - நிறுவனம்' என்ற பிள்ளைப்பேறு மருத்துவமனையில் செவிலிகளுக்கு ஆங்கிலம் வராது - மருந்துக்களின், அறுவைச் சிகிச்சை உபகரணங்களின் பெயர்களை ஆங்கிலத்தில் கற்றுக்கொடுத்தேன். திருமதி சரஸ்வதி பாலேகர் என்பவர் இராமகிருஷ்ணரின் மாணவி. அவர் வீடுவீடு வீடாகச் சென்று 'கேஸ்' களை மருத்துவமனைக்கு வரவைத்து அந்த நிறுவனம் நல்ல பெயர் எடுத்து வளர உதவினார். இதே மருத்துவமனையில் எனக்கு ஒரு மகனும் பிறந்தான். திருமதி சரஸ்வதிக்கு எல்.சி.பி.எஸ். மருத்துவக் கல்விக்கு சிலரை அனுப்பவேண்டும் என்ற விருப்பம் இருந்தது. அப்பொழுது 'கெம்பில் மருத்துவக் கல்லூரி'யில் மெட்ரிக் முடிக்காதவர்களையும் கூட இந்தத் தேர்வை எழுத அனுமதிப்பார்கள். என்னையும் தேர்ந்தெடுத்தார்கள். நாங்கள் ஐந்து பேர் இந்தக் கல்வியைக் கற்கப் போனோம். தொடக்கத்தில் திருமதி சரஸ்வதி எங்களுக்கு பத்துரூபாய் உதவித் தொகை கொடுப்பார். ஆறு மாதங்கள் கணவரிடம் இருந்து திட்டு வாங்கிக் கொண்டும், வீட்டு வேலை, ட்யூஷன் போன்றவற்றை கவனித்துக்கொண்டும் மருத்துவ வகுப்பிற்குப் போனேன். டாக்டர் பால் என்பவர் எங்களுக்கு 'பிசியாலஜி', 'பயாலஜி' கற்றுக் கொடுப்பார். டாக்டர் பாராட்டர் 'பார்மகாலஜி' கற்றுக்கொடுப்பார். 'பிசிக்ஸ்', 'கெமிஸ்ட்ரி' க்காக 'வித்யா சாகர்' கல்லூரிக்குப் போவோம். இனி என்ன நான் பதவி பெற்றுவிடுவேன், மருத்துவராகி மற்றவர்களுக்கு சேவை செய்வேன் என்று ஷேக்மகமதின் கனவு கண்டேன். ஆனால் நாம் ஒன்று நினைத்தால் தெய்வம் மற்றொன்றை நினைக்கிறது. எங்களுக்கு வந்துகொண்டிருந்த உதவித் தொகை நின்றுவிட்டது. போதாதற்கு கல்வியைத் தொடர என்னிடம் மற்ற எந்தப் பண உதவியும் கிடையாது. மறுபடியும் கர்ப்பம். என் மருத்துவப் படிப்பு அத்துடன் முடிந்தது. என்னுடன் சேர்ந்தவர்கள் மற்ற நால்வரும் நான்கு ஆண்டுகள் படித்து முடித்தார்கள். அதில் இந்திரா என்பவர் டாக்டர் பாலுடன் பிரசவ மருத்துவமனையை தொடங்கினார். அங்கேதான் என் கடைசிப் பையன் பிறந்தான். குருதத் அந்த ஆண்டு பள்ளித் தேர்வில் தேர்வடையவில்லை. பள்ளிப் புத்தகங்கள் என்றால் அவனுக்குப் பிடிக்காது. ஆனால் அதே மற்ற மகா காவியம், நாடகம், புனைக்கதைகளை வாங்கி வந்து படிப்பான். அவன் தேர்வடையாததற்கு நான்தான் காரணம் என்று கணவரிடமிருந்து திட்டு வாங்க வேண்டியதானது.

அப்பொழுது நான் மெட்ரிக் தேர்வை தனிப்பட்ட முறையில் எழுத முடிவு செய்தேன். முடிந்தவரை ட்யூஷன் சொல்லிக் கொடுத்துக்கொண்டும், தேர்விற்குப் படித்துக் கொண்டும் இருந்தேன். பனாரசின் காசி பல்கலைக் கழகத்தில் பிரைவேட்டாக மெட்ரிக் தேர்வை எழுத முடியும் என்று கேள்விப்பட்டு, சங்கீதத்தை பாடமாக எடுத்துக்கொண்டு கற்கத் தொடங்கினேன். புரோகிதர் என்பவர் மூன்று மாதங்கள் கற்றுக்கொடுத்தார். அவர் சொல்லிக்கொடுக்கும் பொழுது ஆத்மாராம் கூடவே இருப்பான். அவர் தபலா வாசிப்பத்தை கூர்ந்து கவனிப்பான். அவர் இல்லாத போது தானும் வாசிப்பான். நான் தேர்விற்கு முன் பனாரஸ் போகவேண்டி இருந்தது. ஆனால் கணவர் போகவிடாமல் அந்தக் கதையும் அத்துடன் முடிந்தது.

1934 மற்றொரு குழந்தை பிறந்தது. அப்பொழுது கல்கத்தாவில் 'இருட்டடிப்பு' (Black out) பயிற்சி நடந்துகொண்டிருந்தது. ஐரோப்பாவில் போர் நடந்து கொண்டிருந்தது. நம் நாடு ஆங்கில ஆதிக்கத்தில் இருந்ததால் போரின் விளைவுகள் நம் நாட்டையும் பாதிக்காமல் விடாது என்று பேசிக்கொண்டார்கள். குருதத் அந்த ஆண்டு பள்ளித் தேர்வில் வெற்றிபெற்றான். ஆனாலும் எங்கள் குடும்பத்தில் "அவனுக்கு எல்லாவற்றிலும் ஆர்வம் இருக்கிறது. ஆனால் எதிலும் ஒரு நிலையை அடையமாட்டான். இந்தப் பையன் வயிற்றை நிரப்பிக்கொள்ளும் எந்த கல்வியையும் கற்கமாட்டான். எதற்கும் பயன்படாமல் போவான்" என்று அவனை குறை சொல்லுவார்கள். என்னிடம் கட்டுப்பாடுகள் இல்லாமல் எந்த பிள்ளைகளும் ஒழுங்கான வழிக்கு வரமாட்டார்கள் என்று என்னைத் திட்டுவார்கள். யார் என்ன சொன்னாலும், குருதத்தைப் பற்றி என் நம்பிக்கை குறையவில்லை. அவனும் குறையில்லாமல் நடந்து கொண்டான். அந்த ஆண்டு குருதத்திற்கு உடம்பெல்லாம் சொரி வந்து மூன்று மாதங்கள் சிரமப்பட்டான். பள்ளிக்குப் போகமுடியவில்லை; போகவிட்டாலும் தன் நண்பர்களிடமிருந்து பாடத்தைக் கற்றுக்கொண்டு, தேர்வை எழுதி வெற்றி பெற்றான்.

கல்கத்தா பல்கலைக் கழகம் பிரைவேட்டாக மெட்ரிக் தேர்வை எழுத அனுமதிப்பார்கள் என்ற செய்தி எனக்கு ஒரு வங்காளப் பெண்ணிடமிருந்து தெரிய வந்தது. அந்தப் பெண் எனக்கு பலவகையில் உதவி செய்தாள். 1941இல் தேர்வு எழுதி, நல்ல முறையில் தேர்வடைந்தேன். மனதை அழுத்திக்கொண்டு

நிறைவேறாமல் அப்படியே தங்கிவிட்ட எனது ஒரு விருப்பம் இப்பொழுது முழுமையடைந்தது.

1941இல் குருதத்தும் மெட்ரிக் தேர்வு எழுதினான். அப்பொழுது அவனுக்கு 13 வயது. தேர்வு முடிந்ததும் டைப்பிங் வகுப்பிற்கு போகச் சொன்னேன். அவனுக்கு அதில் விருப்பம் இருந்ததுபோலத் தோன்றவில்லை. இதற்கு இடையே அவன் மேடையில் சில நாட்டியங்களை ஆடி பல வெள்ளிப் பதக்கங்களை பரிசாகப் பெற்றிருந்தான். அவன் ஆடும் நாட்டியங்களில் உதயஷங்கரின் 'ஸ்னேக் சார்மர்' மிகவும் அழகாக இருக்கும். அவனுடன் ஒரு சீக்கியப் பெண்ணும் நடனமாடுவாள். அவள் பெயர் 'அமர்ஜீத்' அந்தப் பெண் அடிக்கடி வீட்டிக்கு வரத் தொடங்கினாள். எனக்கு இது எதற்கோ மனதிற்கு சரிப்படவில்லை. நான் சொல்வதற்கு முன்பே அந்தப் பெண்ணின் அப்பா - அம்மா ஆதங்கத்துடன் அவளுடைய நாட்டியத்தையே நிறுத்திவிட்டார்கள்.

குருதத் மனம் நொந்துபோனான். அந்த சமயத்தில் அவனுக்கு நாற்பது ரூபாய் சம்பளத்தில் ஒரு வேலை கிடைத்தது. முதல் சம்பளத்தில் அவன் வீட்டில் இருப்பவர்களுக்கெல்லாம் பரிசு வாங்கி வந்து கொடுத்து செலவு செய்தான். தன் ஆசிரியருக்காக பகவத்கீதை புத்தகத்தையும் வாங்கிக்கொடுத்தான். பிறகு மாதம் பத்து ரூபாய் தவணையில் ஒரு சைக்கிளையும் வாங்கினான். எப்பொழுதும் அந்த சைக்கிளை சுத்தம் செய்வதிலேயே காலத்தைக் கழிப்பான். தன் தங்கையை அதில் அமர்த்திக்கொண்டு சந்து பொந்துகளை எல்லாம் சுற்றுவான். அப்பொழுது ஹிட்லர் யுகோஸ்லாவகியாவை வென்றதால் எல்லாப் பக்கமும் 'வி ஃபார் விக்டரி' என்ற பலகையை வைத்திருந்தார்கள். என் கடைசி மகன் அந்த தருணத்தில் பிறந்ததால் அவனுக்கு குருதத் 'விஜய்' என்று பெயர் சூட்டினான். சில நாட்களில் இந்த இரண்டாம் உலகப்போர் மேலும் தீவிரமானது. பர்மாவின் மேல் ஜப்பானியர்கள் குண்டு போட்டார்கள். கல்கத்தா மக்கள் பயந்து நடுங்கி ஊரைவிட்டுப் போனார்கள். மக்களின் அந்தக் கதறலை கேட்டு எல்லோருக்கும் பயம். குடிக்கும் தண்ணீரை கெடுக்கிறார்கள் என்று மார்வாடிகள் தங்கள் பணமூட்டையைப் பத்திரப்படுத்திக் கொண்டு ஊரை விட்டு ஓடிப்போனார்கள். நாங்கள் எங்கும் போகக்கூடாது என்று முடிவெடுத்தோம். ஆனால் பிள்ளைகள் சிறியவர்கள். அவர்களை வைத்துக்கொண்டு இந்த சூழ்நிலையில் இருப்பது எப்படி? முடிவில் காஞ்சம்காட்டிற்குப் போவதென்று முடிவு செய்தோம்.

அங்கே என் மாமன் (கணவரின் அண்ணன்) ‘ராமதாஸ்’ என்ற சாது ஒரு ஆசிரமத்தை தொடங்கி இருந்தார். எனக்கு அவர் மீது மரியாதை இருந்தது. என் ஒரு மகனுக்கு ஆத்மாராம் என்று பெயர் சூட்டியவர் அவர். நாங்கள் ஆறு பேர் ஒன்றாக மக்களின் தான தர்மத்தால் நடக்கும் அந்த ஆசிரமத்தை வந்து சேர்ந்தோம். அப்பொழுது எங்கள் நிலைமையும் சரியாக இருக்கவில்லை. நான், சௌதாமினி மெஹதா (சமூக சேவகி) அவர் பள்ளியில் முப்பது ரூபாய் சம்பளத்திற்கு வேலை செய்தேன். அதையும் விட்டுவிட்டு கடவுள் மேல் பாரத்தைப் போட்டு கல்கத்தாவை விட்டுப் புறப்பட்டோம். ஆனால் குருதத் மட்டும் தான் எந்தக் காரணத்திற்காகவும் ஊரை விட்டு வரமாட்டேன் என்று பிடிவாதம் பிடித்தான். என் கணவரின் அலுவலகம் பம்பாய்க்கு மாறுவதாக பேச்சு இருந்தது. அவர்கள் இருவரையும் விட்டுவிட்டு நாங்கள் புறப்பட்டோம். புறப்படும் பொழுது என்ன குழப்பம்! இரயில் ஏற மக்கள் எறும்பைப்போல வரிசையாக நின்றார்கள். பெட்டிகளில் மக்கள் சாமான்களைப்போல குவிந்து கிடந்தார்கள். அதில் எப்படியோ நுழைந்துகொண்டு இரண்டு இரவு, ஒரு நாள் பயணம் செய்து, மதராஸ் வந்து சேரும்வரை நாங்கள் உயிருடன் இருக்கிறோமா இல்லையா என்ற சந்தேகம் ஏற்பட்டது. இரயில் பெட்டியில் காலை மாற்றி மாற்றி ஒற்றைக் காலில் நின்றுகொண்டே, மற்றவர்களின் பாரத்தையும் சுமந்துகொண்டு பலவிதமான ஹடயோகத்து யோகநிலைகளை செய்து பார்க்கவேண்டி இருந்தது. மதராசுக்கு வந்தால் என்ன? எல்லாப் பக்கங்களிலும் குழி தோண்டி இருக்கிறார்கள். பிரிட்டிஷ் சிப்பாய்களை நிரப்பிக்கொண்டு டிரக்குகள் ஓடிக்கொண்டிருந்தன. துப்பாக்கியை தோளில் சுமந்துகொண்டு நடக்கும் சிப்பாய்களின் பூட் சத்தத்தைக் கேட்டு நெஞ்சம் நடுங்கும். அவர்கள் துப்பாக்கியைப் பார்த்து நாடி நின்றுவிடும். அப்படிபட்ட சூழ்நிலையில் நாங்கள் அங்கே ஒரு இரவைக் கழிக்கவேண்டி இருந்தது. ‘ஏர்- ரைட்’ எச்சரிக்கை சைரன் சத்தத்தைக் கேட்டவுடன் உயிர் போய் உயிர் வரும். காஞ்சம்காடு கிராமத்திற்குப் போனாலாவது இந்த நெஞ்சப் பதட்டம், பயம், மன நடுக்கம் குறையும் என்ற ஆசை ஒருபக்கம் இருந்தாலும், குருதத்தையும், கணவரையும் விட்டு வந்த கவலை மறுபக்கம் இருந்தது.

இவர் வேலை பார்த்த பர்மா ஷெல் அலுவலகம் பம்பாயிக்கு மாறியது. குருதத்திற்கு உதயஷங்கரின் அல்மோடா சென்டரில் உதவித்தொகை கிடைத்தது. அவன் ஆல்மோராவுக்குப் போனான்.

சில நாட்களிலேயே நாங்கள் இருந்த இடத்தின் மேல் குண்டு விழுந்ததாக செய்தி வந்தது. அப்பொழுது என் ஓவியர் அண்ணன் கல்கத்தாவில் இருந்தார்.

ஆசிரமத்தில் எங்களுக்கு கொடுத்த வரவேற்பை நாங்கள் என்றும் மறக்க முடியாது. பம்பாயில் இருந்து சில பணக்காரார்கள் தானமாக ஆசிரமத்திற்குப் பணம் அனுப்பிக் கொண்டிருந்தார்கள். நாங்களோ ஏழைகள். ஆனாலும் எனக்குக் கிடைக்கும் பணத்தை நான் மாதாஜியிடம் (கிருஷ்ணா பாயி) கொடுப்பேன். ராமதாசரின் கடிதங்களை மொழிபெயர்ப்பது, ஆசிரமத்துப் பெண்களுக்குப் பாடம் சொல்லிக்கொடுப்பது போன்ற வேலைகளைச் செய்தேன். ராமதாசுக்கு சின்னக் குழந்தைகள் என்றால் அன்பு. என் ஏழு மாத விஜய்யை தூக்கி விளையாடுவார். ஆனால் ஆசிரமத்தில் மற்றவர்கள் எங்களை இளக்காரமாகப் பார்த்தார்கள். ஆசிரமத்தில் ஆன்மீக செயல்களைவிட அதிகமாக உலக விஷயங்கள் நடந்தன. ஒருவரை ஒருவர் தூற்றுவது, சந்தேகத்துடன் பார்ப்பது போன்றவை அங்கே சாதாரணம். இவைகளைப் பார்த்து வெறுத்து முடிவில் நான் ஆத்மாராமை நெருங்கியவர் ஒருவரிடம் விட்டு விட்டு, பள்ளிக்குப் போவதற்காக இருப்பதில் வசதியை ஏற்படுத்திக்கொண்டு அவருக்கு பத்து ரூபாய் கொடுக்கும் ஏற்பாடு செய்தேன். லலிதா சேரிப் பள்ளியில் சேர்ந்தாள்.

குருதத்திடமிருந்து கடிதம் வந்து சேர ஏழு நாட்கள் பிடிக்கும். அவன் வாரம் மூன்று கடிதங்களை விவரமாக - மையத்தில் நடக்கும் செய்திகளைப் பற்றி எல்லாம் தெரிவித்து - எழுதுவான். தான் அங்கே சுகமாக இருப்பதை எழுதுவான். மையத்தில் இருப்பவர்களில் குருதத் சிறியவனாம். அதனால் எல்லோரும் அவனிடம் அன்பாக இருந்தார்களாம். உதயஷங்கர் அவனை தன் மகனைப்போலவே பார்த்துக்கொள்வாராம். மையத்தில் கற்கும் கலைஞர்கள் நல்ல புகழ் பெற்றவர்களாம். குரு நம்பூதிரிபாத் கதகளி, மணிப்புரி நாட்டியத்திற்கு அன்று புகழ் பெற்ற குருவாக இருந்தார். பரத நாட்டியத்திற்கு மற்றொரு வித்துவான். மற்ற வாத்தியங்களை கற்றுக்கொடுக்க அலாவுதீன்கான், அலி அக்பர், ரவிஷங்கர், அபணி பாட்டாச்சாரியா, ஶ்ரீ சாந்திபர்தன் போன்ற பிரபல கலைஞர்கள் இருந்தார்கள். ஶ்ரீ விஷ்ணுதாச சிராளி பலவகையான பழைய மிருதங்கங்களை வாசித்தும், கற்றும் கொடுப்பாராம். உதயஷங்கர் நாட்டியக் கலையில் தனக்குப் பயன்படும் பகுதிகளைத் தேர்ந்தெடுத்து, அதற்கு தன் சுயமான

கொசுரு வேலைகளைச் சேர்த்து கற்பிப்பாராம். இவை குருதத்தின் இளம் மனதின் மேல் சரியான விளைவுகளை ஏற்படுத்தி இருக்கும் என்று எனக்குத் தோன்றுகிறது. அங்கே மிகவும் கட்டுப்பாடுகள் இருந்தனவாம். எல்லோரும் தங்கள் விஷயங்களை தாங்களே ஆராய்ந்து எழுத வேண்டுமாம்; தங்களுடைய ஒப்பனை, ஆடைகளை தாங்களே செய்துகொள்ளவேண்டும். மேடையின் எல்லா வேலைகளையும் அவர்கள் செய்யவேண்டும். இப்படியாக சாதனையாளர்கள் பலனடையும் இடமாக ஆல்மோரா இருந்தது. குருதத் தன் குருவை ஏகமனதுடன் கௌரவிப்பானாம். இதை எல்லாம் கேட்டுத் தெரிந்துக்கொண்ட பின் என் மகன் என்னை விட்டு விலகி இருந்தாலும் என் மனதில் கவலையும், வருத்தமும் இருக்கவில்லை. தன்னைச் சார்ந்தவர்களை விட்டுவிட்டு இருக்க அவனுக்கு தொடக்கத்தில் வருத்தமாக இருந்திருக்கலாம். மகனை நாட்டியம் கற்க அனுமதித்ததற்காக என்னை எல்லோரும் கிண்டல் செய்தார்கள். சில நேரம் அவர்கள் சொன்ன வார்த்தைகளை நினைத்து அவன் எதிர்காலத்தைப் பற்றி எனக்கு கவலையாக இருந்தது. ஆனால் ஒரு நம்பிக்கை இருந்தது; ஆண்டவனின் அருள் இருக்கும் பொழுது எந்தக் கெடுதலும் நடக்காது என்று.

மறுபக்கம் என் ஆசிரமத்தின் மாதாஜி வெளியூரிலிருந்து வந்தவர்கள் முன் 'எனக்கு கணவனிடம் போகும் எண்ணமே இல்லை, பிள்ளைகளுடன் சுதந்திரமாக வாழ்க்கையை நடத்துவதும், வேலை செய்யவதும் ஒரு பிடிவாதம்' என்று கேலி செய்து தூற்றினாலும் எனக்கு ஆசிரமத்தை விட்டுப் போவது என்றால் சாவு ஏன்று தோன்றியது. ஒரு நாள் மூன்று வயது தேவதாஸ் ஏதோ சிறுபிள்ளைத்தனத்தால் குறும்பு செய்ததற்காக அவனை குப்பை தொட்டிக்கு அருகே வெயிலில் ஒரு மணி நேரம் நிறுத்தி இருந்தார். இதைப் பார்த்து என் தலை கெட்டது. ஓரிரு நாளிலேயே நான் ஆசிரமத்தை விட்டு பம்பாயிக்குப் போகவேண்டும்; அங்கே இருக்க முடியாவிட்டால் வார்தா ஆசிரமத்தை பிள்ளைகளுடன் போய் சேரவேண்டும் என்று முடிவு செய்தேன்.

எப்படியோ 1942 ஆகஸ்ட் 9ஆம் தேதிக்கு மங்களூர் வந்து, மறுபடியும் மங்களூரிலிருந்து பேருந்தில் புறபட்டோம். என் அம்மா என்னுடன் வர ஒத்துக்கொள்ளவில்லை. நான் தனியாகவே என் நான்கு பிள்ளைகளுடன் துணிவுடன் புறப்பட்டேன். வழியில் எங்களுக்கு ஒன்பதாவது ஆகஸ்டின் "Do or Die" என்ற காந்திஜியின் போராட்டம் எதிர்ப்பட்டது. அன்று மகாத்மாவையும்

கஸ்தூரிபாயியையும் கைது செய்திருந்தார்கள். அதற்காக நடந்த ஹர்த்தாலிலிருந்து தப்பித்துக்கொண்டு வர மிகவும் சிரமமானது. புனேயில் எங்களுக்கு இரயில் தவறியதால் ஒரு இரவு உறவினர் வீட்டில் தங்கவேண்டியதானது. பம்பாயிக்கு வந்த பொழுது எல்லா இடங்களிலும் வீடுகள் காலியாக இருந்தன. அதற்குக் காரணம் போர் நடந்துகொண்டிருந்ததால், ஆஸ்திரேலிய சிப்பாய்கள் மக்களுக்கு அதிகமாக சிரமம் கொடுக்கத் தொடங்கினார்கள். அதனால் பலர் ஊரை விட்டுப் போய்விட்டார்கள். நாங்கள் என் நாத்தனாரின் மகன் வீட்டில் மாதுங்காவில் தங்கினோம். பதினைந்து நாட்களில் எங்களுக்கு வேறொரு வீடு கிடைத்தது. நாங்கள் கல்கத்தாவில் இருந்து ஓடிவந்ததால் எங்கள் வீட்டு சாமான்கள் அங்கேயே கிடந்தன. என் ஓவியர் அண்ணன் மிக அவசியமான பொருட்களை அனுப்பிவைத்தார். மீதமிருந்த பொருட்கள் என்ன ஆனதோ இதுவரை தெரியாது. எப்படியோ நாங்கள் இப்பொழுது எங்கள் வீட்டை வந்தடைந்தது போல இருந்தது. பிள்ளைகளை சிறுவர் - பள்ளியில் சேர்த்தேன். சிறியவர்கள் இருவரும் வீட்டில் இருந்தார்கள். விஜயனுக்கு இன்னும் நடக்கவும் பேசவும் வரவில்லை. நான் வேலை செய்யாமல் வேறு வழி இல்லை. ஒரு மாதத்திற்குப் பிறகு ஒரு வங்காளியிடம் 'ட்யூஷன்' கிடைத்தது. ஆனால் வேலை கிடைக்கவில்லையே. எந்தச் சான்றிதழும் இல்லாதவளுக்கு யாரும் வேலை கொடுக்க முன்வரவில்லை. நவம்பர் மாதம் ஆல்மோராவில் குளிர் அதிகம் என்று உறவினர் வந்திருந்தார். எதிர்பாராமல் குருதத்தும் வீட்டை தேடிக்கொண்டு வந்தான். வந்தவன் ஏதோ வீட்டு வேலையாக இருந்த என்னிடம் 'அம்மா' என்று அழைத்தான். திரும்பிப் பார்த்தால் குருதத்! வியப்பு, மகிழ்ச்சி பொங்கி வந்தது. என்னை வணங்கினான். தலையைத் தொட்டு ஆசீர்வாதம் செய்தேன். நலம் விசாரிக்கும் முன்பே பிள்ளைகள் வந்து அவனை சூழ்ந்துகொண்டார்கள். மறுபடியும் அவனைப் பார்த்தேன். எத்தனை உயரமாக வளர்ந்துவிட்டான்! வயதிற்கு வரும்பொழுது அழகில்லாதவனும் அழகாகத்தான் தெரிவான். குருதத்தோ பிறப்பிலேயே அழகன். பிறகு கேட்கவேண்டுமா? செதுக்கியது போல முகம், தலை நிறைய கரிய சுருள் முடி, கருப்பு அடர்த்தியான புருவம், கருப்பு சின்ன மீசை, மின்னலைப்போல ஒளிரும் கண்கள், முகத்தில் மின்னும் புன்சிரிப்பு, உயரமாக வளர்ந்த நிறைந்த தேகம், அழகு குறையவில்லை, கவர்ச்சியாக இருந்தான். நான் அவனைப் பார்ப்பது ஒரு ஆண்டுக்குப் பிறகு. அந்த இரவு

முழுவதும் அம்மா - மகன் பேச்சுக்குக் குறைவில்லை. இரவு கழிந்ததே தெரியவில்லை. எங்கள் வீட்டு நிலைமையைப் பார்த்து கலங்கினான். “அம்மா நான் விஜயைப் பார்த்துக்கொள்கிறேன், நீ வேலை தேடு” என்று சொன்னான். ஆனால் அப்பொழுது உதயஷங்கரின் நாட்டியங்கள் நடந்துகொண்டிருந்ததால் அவனால் வீட்டில் இருக்க முடியவில்லை. மும்பையின் நியூ எம்பையர் தியேட்டரில் பல காட்சிகள் நடந்தன. குருதத் அன்புடன் என்னை உதயஷங்கரிடம் அழைத்துச் சென்று அறிமுகப்படுத்தினான். அவர் குருதத்தைப் பாராட்டியதைக் கேட்டு மிகப் பெருமையாக இருந்தது.

1942 பிப்ரவரியில் உதயஷங்கரரின் குழு ஆல்மோராவுக்குத் திரும்பியது. குருதத்தும் அவர்களுடன் புறப்பட்டான். அவனை வழி அனுப்பும்பொழுது என்றும் இல்லாத துயரம் மூண்டது. அழுதுவிட்டேன். அவன் மும்பையில் இருந்த நாட்கள் எனக்கு வீட்டுக் கவலை இருக்கவில்லை. அப்பொழுது எனக்கு ஸ்ரீ ராம் பொத்தார் பள்ளியில் வேலை கிடைத்தது. கிரிகாவுக்கு போய்வரவேண்டி இருந்தது. நான் வரும்வரை குழந்தை விஜயை குருதத் கவனித்துக்கொண்டிருந்தான். அதுமட்டுமல்ல சாதம், பருப்பு வைத்து சமையலையும் தயார் செய்வான். குழந்தைகள் துணி கிழிந்திருந்தால் தைய்த்து வைப்பான். தானே கடைக்குப் போய் சாமான்களை வாங்கிவருவான். இப்படி ஒன்றா இரண்டா, எல்லா வகையிலும் எனக்கு உதவியாக இருந்தான். அவன் தன் படிப்பை விட்டுவிட்டு எத்தனை நாள் இருக்க முடியும்? அவன் போன பிறகு வயதான ஒரு கிழவியை சமையலுக்கும், குழந்தையை கவனித்துக் கொள்ளவும் சேர்த்துக் கொண்டேன்.

குருதத் அங்கே இருந்து கடிதம் எழுதிக்கொண்டே இருப்பான். அந்த ஆண்டு அமலா என்ற பெண் சென்டரில் சேர்ந்தாள். திருமதி சுஷீலாராணியின் தங்கை சுனிதா என்பவளும் சேர்ந்தாள். இன்னும் பல மாகாணங்களில் இருந்து பெண்கள் வந்திருந்தார்களாம். லக்ஷ்மி ஷங்கர், ரமா கங்கூலி போன்றவர்களும் இருந்தார்கள்.

1943இல் திரும்பவும் விடுமுறை வந்தது. உதயஷங்கர் தன் குழுவுடன் பம்பாய், அகமதாபாத், உத்திரபிரதேசம் போன்ற பல ஊர்களில் நாட்டியக் காட்சி வைத்து மேலும் புகழ் பெற்றார்கள். இந்த முறை பயணத்தில் குருதத் *‘Swan Dance’* என்ற புது நாட்டியக் கதையை தானே எழுதி, தானே இயக்கி, மேடை மீது ஆடிக் காட்டியபோது மிகவும் அற்புதமாக இருந்ததாம். எல்லோரும்

வாயாற மிகவும் புகழ்ந்தார்கள். வெள்ளை ஆடைகளை அணிந்து, பறவைகளைப்போல உடல் அசைவுகள் செய்து மேடைக்குள் நுழையும் பொழுதே கண்ணைக் கவர்ந்ததாம். உதயஷங்கர் ஒவ்வொரு முறையும் புதிய புதிய நாடகங்களைத் தயார் செய்து காட்சிப்படுத்துவாராம்.

ராமலீலா 'Shadow Play' மிகவும் பாராட்டப்பட்டதாம். அந்த நாடகத்தில் சச்சின் ஷங்கர் ராமனாகவும், குருதத் இலக்குவணனாகவும் திருமதி சிம்கி கைகேயியாகவும், தாடகி, சூர்பாணிகை வேடங்களிலும் நடித்தார்களாம். இந்தக் காட்சி மைதானத்தில் நடந்ததால், குறைந்த விலையில் நுழைவுச்சீட்டு இருந்ததால், அதிக மக்கள் வந்திருந்தார்களாம். எல்லா இடங்களிலும் நாடக அரங்கேற்றம் முடிந்ததும் குருதத்திற்கு இரண்டு மாதம் விடுமுறை கிடைத்தது. அப்பொழுது குருதத் ஊருக்கு வந்தபோது சிறிது ஏமாற்றத்துடன் இருந்தான். செண்டரின் சூழ்நிலை அமலா சேர்ந்ததும் மாறிவிட்டதாம். அமலா உதயஷங்கரை காதலிக்க, இத்தனை நாட்கள் ஒரே குடும்பத்தார்கள் போல இருந்தவர்களுக்கு நடுவே சண்டை, அனாவசியமாக தவறாக புரிந்துகொள்ளல் ஏற்பட்டதாம். எப்பொழுதும் போல மார்ச் மாதம் எல்லோரும் ஆல்மோராவுக்கு திரும்பிய சில நாட்களிலேயே உதயஷங்கர் மற்றும் அமலா இருவரின் திருமணம் நடந்தது. சிம்கி (பிரஞ்சுப் பெண்) பல ஆண்டுகள் தன் வாழ்க்கையையே உதயஷங்கரின் செண்டருக்கும் உதயஷங்கருக்கும் அர்ப்பணித்திருந்தாள். அவள் இருந்ததால் செண்டருக்கு பிரான்ஸிலிருந்து பொருளுதவி கிடைத்துக் கொண்டிருந்தது. இந்தத் திருமணம் சிம்கியின் மனதைப் புண்படுத்தியது. உதயஷங்கரின் மீதிருந்த பகையால் அவள் பிரபாத் என்ற மாணவனை திருமணம் செய்துகொண்டு ஆல்மோராவில் இருந்து வெளியேறிவிட்டாள். அதனால் ஆல்மோரா செண்டரை மூடவேண்டியதானது. அங்கே இருந்த எல்லா மாணவ - மாணவிகளின் எதிர்காலம் பிரச்சினையானது. அப்பொழுது குருதத் தன் நான்கு நண்பர்களுடன் மும்பைக்கு வந்துவிட்டான். ரவிஷங்கர், அலிஅக்பர், சாந்தி பர்தான் பொரிவில்லியில் வாடகைக்கு வீடு எடுத்து தங்கினார்கள். மற்ற சிலர் தங்கள் ஊர் போய்ச் சேர்ந்தார்கள். குருதத் தான் இனி என் கதி என்று நினைத்திருந்த பொழுது, அவனே இப்படி கதியற்று வந்து அலைவதைப் பார்த்து, என் தலை மேல் இடி விழுந்ததுபோலானது. ஒருமுறை நாட்டியம், நடிப்பு போன்ற கலைகளில் சிக்குண்டவர்கள் என்றும் அலுவலகப் பணியை

செய்யமாட்டார்கள் என்பது எனக்குத் தெரியும். ஆனாலும் வழி இல்லாமல் நான் என் ஓவியர் அண்ணனை பரிந்துரை செய்யக் கேட்டேன். அவர் ஊருக்குப் போக இருந்தவர், மும்பை வழியாக போக முடிவு செய்து இங்கே வந்தார். அப்பொழுது பிரபாத் கம்பனியில் திரு பாபுராவ் பை என்பவர் பங்குதாரராக இருந்தார். அவருக்கும் என் அண்ணனுக்கும் பழக்கம் இருந்தது. அவர் குருதத்தை அழைத்துக்கொண்டு அவரிடம் சென்று வேலை கேட்டார். அவர் அதற்கு “இந்த இளம் வயதுப் பையனுக்கு சினிமாவில் என்ன வேலை தரமுடியுமப்பா!” என்று சொன்னாலும் முடிவில் ‘நாட்டிய இயக்குனர்’ என்று குருதத்தை மூன்று ஆண்டுகளுக்கு ‘ஒப்பந்த’த்தின் பேரில் நியமனம் செய்துகொண்டார். அதுமட்டுமல்லாமல் சினிமாவில் சின்னச் சின்ன வேடங்களில் நடிக்கவும் வாய்ப்பளித்தார். ‘லாகாராணி’ என்ற படத்தில் குருதத்திற்கு கொஞ்சம் முக்கிய வேடமாகவே இருந்தது. பிறகு ‘ஹமி ஏக் ஹை’ என்ற படத்தில் ரஹ்மான், குருதத், தேவ் ஆனந்த், துர்கா கோட்டே போன்றவர்கள் நடித்தார்கள். அப்பொழுதுதான் தேவ் ஆனந்த் மற்றும் குருதத் நெருங்கிய நண்பர்களானார்கள். ஓரே அறையில் வசித்தார்கள். தேவ் ஆனந்த் நல்ல குடும்பத்தில் இருந்து வந்தவன். பட்டப் பதவி பெற்றவன், நல்லவன் ஆனதால் இருவரின் நட்பில் எந்தக் குறையும் இருக்கவில்லை. யார் முதலில் புகழ் பெறுகிறார்களோ அவர் மற்றவருக்கும் அந்தப் புகழ் கிடைக்க வாய்ப்பு அளிக்க வேண்டும் என்று இருவரும் தங்களுக்குள் உறுதியாக இருந்தார்கள். தேவ் ஆனந்துக்கு மும்பையில் மற்ற படங்களில் வேலை கிடைத்ததால் அவன் புனேயை விட்டு மும்பைக்கு வந்தான்.

அப்பொழுது திரு விஷ்ராமா பெடேகர் குருதத்திடம் இருக்கும் சாகசம், கலைத் திறனைக் கண்டு தன் படங்களில் உதவியாளனாக இருக்க கேட்டுக்கொண்டார். குருதத் முதலில் செய்துகொண்டிருந்த வேலையுடன் இதையும் சேர்த்தே ஓய்வில்லாமல் உழைத்தான்.

ஒரு நாள் விநாயகர் - பூசையை செய்து, ஆரத்தி எடுக்கும் பொழுது குருதத் ஒரு பெண்ணை அழைத்துக்கொண்டு வந்தான். இருவரும் என் காலில் விழுந்தார்கள். வியப்புடன் இருவரையும் பார்த்தேன். அப்பொழுது குருதத் “அம்மா, இவள் விஜயா, உன் வருங்கால மருமகள்” என்று சொல்லிச் சிரித்தான். பெண் சுமாராக இருந்தாள். அவன் விருப்பப்படுகிறான் என்ற பிறகு நான் மகிழ்ச்சியுடன் ஏற்றுக் கொள்ளவேண்டும் என்று, அவள் கையைப் பிடித்து

மணை மீது உட்காரவைத்து கணபதி பிரசாதம் கொடுத்தேன். இரவு உணவுக்குப் பிறகு இரவோடு இரவாக இருவரும் புனேக்கு திரும்பிப் போனார்கள். இருந்த நேரத்தில் நான் இந்தப் பெண் யார், அப்பா - அம்மா யார், என்ன படித்திருக்கிறாள் என்று எதையும் கேட்கவில்லை. அதிகமாக வீட்டு வேலைகளில் இருந்தேன். அதுமட்டுமல்லாமல் அவன் திருமணம் செய்துகொள்ளவேண்டும் என்ற எண்ணம் என் மனதிலும் இருந்ததால் நான் எதையும் அதிகமாக கேட்கவில்லையோ என்னமோ!

இரவு பனிரெண்டு மணிக்கு தந்திக்காரன் என் பெயருக்கு ஒரு தந்தியைக் கொண்டு வந்தான். திறந்து பார்த்த பொழுது "குருதத் விஜயாவுடன் ஓடிவிட்டான். நாளைக்குள் பெண் வீடு வந்து சேராவிட்டால் கேஸ் போடவேண்டிவரும்" என்று இருந்தது. தந்தி கொடுத்தவர் 'காஜகிவாலா'. எனக்கு என்ன செய்ய வேண்டும் என்று தோன்றவில்லை. மறுநாள் இரவு நான் புனேக்குப் புறப்பட்டேன். அந்த துணிவு எனக்கு எங்கே இருந்து வந்ததோ! அவன் இருந்த அறைக்குப் போனால் அறை பூட்டி இருந்தது. அங்கே படுத்திருந்த வேலைக்காரனைக் கேட்டு, இரண்டு நாற்காலிகளை தருவித்து, கையில் இருந்த இரண்டு வளையல்களை சன்னல் வழியாக குருதத்தின் கட்டில் மேல் வீசி எரிந்து, அங்கேயே நாற்காலியில் சாய்ந்தேன். விடியற்காலையில் குருதத் படப்பிடிப்பை முடித்துக்கொண்டு அறைக்கு வந்தான். என்னை அங்கே பார்த்து அவனுக்கு வியப்பு. எனக்கு தலை சுற்றியது. கோபத்தால் அந்த தந்தியை அவன் முன் நீட்டினேன். அவன் எதுவும் நடக்காததுபோல சிரித்து, "அம்மா, நீ ஒன்றும் பயப்படவேண்டாம். இதெல்லாம் இந்த காஜகிவாலாவின் வேலை" என்று நடந்ததை எல்லாம் விவரமாகச் சொன்னான்: "நடிகையான மஞ்சு என்பவளின் தங்கை இந்த விஜயா. அவளும் பிரபாத் ஃபிலிமில் வேலை செய்கிறாள். காஜகிவாலா புனேயில் பிரபல வக்கீல். அவனுக்கு இளம் வயதுப் பெண்கள் மீது எப்பொழுதும் ஒரு கண். விஜயாவை அடைய இந்த சதி செய்திருக்கிறான்." இதைக் கேட்டதும் நான் அங்கே இருக்க வேண்டிய அவசியம் தோன்றவில்லை. மேலும் நான் இருக்க வேண்டும் என்றாலும் முடியாது. பள்ளியை தவறவிட முடியாது; பிள்ளைகளுக்கு சமையல் செய்துபோடவும் யாரும் இல்லை. காலை இரயிலுக்கு திரும்பி விட்டேன். மனதில் மட்டும் ஒருவகையான பயம்; ஏதோ ஒரு பாரம்; யாரிடமாவது சொல்லி அதை லேசாக்கிக்கொள்ளவும் வழி இல்லை.

மாலை விளக்கேற்றும் வேளையில் திருமதி காஜகிவாலா எங்கள் வீட்டிற்கு வந்தார். பத்துப் பிள்ளைகளுக்கு அம்மாவாம். பார்க்க அழகாக இருந்த முதிர்ந்த பெண். வந்து "குருதத்திற்கு இன்னும் பத்தொன்பது வயது. அப்பா - அம்மாவின் சம்மதம் இல்லாமல் திருமணம் செய்துகொள்ள முடியாது. அதனால் நீங்கள் சம்மதிக்கவேண்டும்" என்று பலவகையாக வாதம் செய்தாள். எங்களுக்கு ஏதோ நல்லது செய்பவளைப்போல நடித்தாள். என் கணவருக்கு என்றும் குடும்பத்தின் மீது அக்கறை இருந்ததில்லை. அவர் ஆகட்டும் என்று சம்மதித்தார். நான் சம்மதிக்கவில்லை. எனக்கு அந்தப் பெண் நடிப்பதில் ஏதோ சூது இருக்கவேண்டும் என்று தோன்றியது. ஏதாவது செய்து அவளை வீட்டை விட்டு வெளியே அனுப்பவேண்டும் என்று நினைத்தேன். பெண் இடத்தை விட்டு நகரவில்லை. கடைசியாக எங்கள் வீட்டு சிரமங்களை எல்லாம் எடுத்துச் சொல்லி அவளை அனுப்பப் போதும் போதுமானது. எங்கள் வீட்டு சிரமங்களே போதுமான அளவிற்கு இருந்தன; கூடவே இந்த ஒரு தலைவலியும் சேர்ந்துகொண்டது.

திருமதி காஜகிவாலா அடிக்கடி எங்கள் வீட்டிற்கு வரத் தொடங்கினாள். வந்தவள் சீக்கிரமாக திரும்பிப்போக மாட்டாள். ஒருமுறை ஒரு இரவு விஜயாவின் அம்மாவின் அறையில் எனக்கு சில மணி நேரங்கள் கழிக்கவேண்டி இருந்தது. அப்பொழுது அவள் ஒரு வேசித் தொழில் செய்பவள் என்பது தெரிய வந்தது. இரவு இரயிலில் நானும் அவளும் புனேக்குப் புறப்பட்டோம். காலையில் பத்திரிகைகளில் 'குருதத் - விஜயா'வின் திருமண செய்தி வெளிவந்தது. பார்த்து எனக்கு எதுவும் தோன்றவில்லை. அதற்குள் திரு ரமேஷ்பட், அனந்தராயர் எங்கள் அறைக்கு வந்தார்கள். எனக்கு அவர்களின் அறிமுகம் கிடையாது. அவர்கள் குருதத்தின் நண்பர்கள். அவர்கள் வந்ததும் "அம்மா, பயப்பட ஒன்றுமில்லை, நீங்கள் குருதத்தை அழைத்துக்கொண்டு இப்பொழுதே மும்பைக்கு புறப்படுங்கள், நாங்கள் என்ன செய்யவேண்டுமோ அதைப் பார்த்துக் கொள்கிறோம். இந்தத் திருமணத்தை என்ன ஆனாலும் நாங்கள் நடக்க விடமாட்டோம்" என்று எங்கள் இருவரையும் அப்பொழுதே இரயில் நிலையத்திற்கு அனுப்பிவைத்தார்கள். மும்பைக்கு வந்து நான் ஒரு வாரம் குருதத்தை மறைத்து வைத்திருந்தேன். புனேயில் என்னவெல்லாம் நடந்ததோ எங்களுக்கு ஒன்றும் தெரியாது. திருமணம் எப்படியோ தவறியது. ஆனால் ஏனோ எதற்கோ என் மனதில் நிம்மதி இல்லை. ஏதோ குழப்பம். அந்த காஜகிவாலா மிகவும் துஷ்டன்

என்று கேள்விப்பட்டிருந்தேன். குருதத் உயிருக்கு எங்கே அபாயம் ஏற்படுமோ என்று பயந்தேன். ஆனால் எப்பொழுதும் ஒரு கவலை என் முதுகின் மேல் ஏறியே இருக்கும்.

குருதத்திற்கு வேறு திருமணம் செய்துவைத்தால் இந்தக் கவலை என்னை விடும் என்று மனதிற்குத் தோன்றியது. என் அண்ணன் ஒருவன் ஹைதராபாதில் ஓவியன் மற்றும் ஃபோட்டோகிரபராக இருந்தான். அவனுக்கு ஐந்து பெண்கள். மூத்த பெண்ணை என் மருமகளாக்கிக் கொள்ளவேண்டும் என்று, தீபாவளி விடுமுறையில் ஹைதராபாதுக்குப் போனேன். பெண்ணின் பெயர் சுவர்ணா. பெயருக்குத் தகுந்தமாதிரி இருந்தாள். அவள் குணமும் எனக்குப் பிடித்திருந்தது. குருதத்தை புனேயிலிருந்து வரவழைத்தேன். வந்தான். பார்த்தான். சம்மதித்தான். டிசம்பர் மாதம் அவளுடைய அப்பா - அம்மா அவளை அழைத்துக்கொண்டு எங்களிடம் வந்தார்கள். குருதத் - சுவர்ணா ஜோடியாக ஊர் சுற்றினார்கள். பெண்ணின் அப்பா அவர்களை பல போட்டோ எடுத்தார். குருதத் - சுவர்ணா ஒருவருக்கொருவர் கடிதமும் எழுதிக்கொண்டார்கள். 1945இல் திருமணம் செய்வது என்று முடிவு செய்தோம். திரும்பிப் போகும்பொழுது அவளுடைய அப்பா - அம்மா புனேயில் இறங்கி, அப்பொழுதுதான் ஏற்பாடு செய்திருந்த குருதத் வீட்டில் தங்கிவிட்டு, அங்கே இருந்து பிறகு ஹைதராபாத் போனார்கள். அவர் போனபிறகு குருதத் தன் தாய்மாமனுக்கு முன்பு நடந்த விஜயாவின் விவகாரத்தை பற்றி விவரமாக எழுதி தெரிவித்தானாம். தன்னைப் பற்றியச் செய்திகளை அவர்களிடம் இருந்து மறைப்பது குருதத்தின் எளிமையான, நேர்மையான குணத்திற்கு சரி என்று படவில்லையாம். அதனால் தெரிவித்துவிட்டான். எதையும் மூடிமறைப்பது அவனுக்குத் தெரியாது. அவனுடைய இந்த வெளிப்படையான குணமே அவனுக்கு எதிரியாக நின்றது. வாழ்க்கை முழுவதும் அவன் இதற்காக தண்டனையை அனுபவிக்கவேண்டி இருந்தது. உண்மைக்கு சாவில்லை என்பார்கள். உண்மையே என் மகனுக்கு சாவானது. இவனுடைய கடிதத்தைப் பார்த்து என் அண்ணன் என்னிடம் சொல்லாமலேயே மற்றொரு சம்பந்தத்தைத் தேடி தன் மகளுக்குத் திருமணம் செய்துவிட்டான். இது தெரிந்ததும் குருதத் மனதிற்கு மிகவும் அசமாதானமானது. "இப்படி நடக்கும் என்று தெரிந்திருந்தால் நான் எழுதியே இருக்கமாட்டேன். ஏதோ தவறை ஒத்துக்கொள்வது என் சுபாவம் என்று எழுதிவிட்டேன். மாமனுக்கு அது புரியவில்லை" என்று என்னிடம் சொன்னான். மறுபடியும்

காஜகிவாலே குருதத்திற்கு சிரமம் கொடுக்கத் தொடங்கியதால், எப்படியாவது அவனை புனேயை விட்டு இங்கே அழைத்து வரவேண்டும் என்று நான் பாபுராவ் அலுவலகத்திற்குப் போய், எல்லாக் கஷ்டங்களையும் அவர் முன் சொல்லி, அவருக்கும் கருணை ஏற்படும்படி செய்தேன். அவர் அப்பொழுதுதான் புதிய ஸ்டூடியோவை வாங்கி இருந்தார். புதிய படத்தைத் தொடங்கி இருந்தார். "நீங்கள் எதையும் யோசிக்கவேண்டாம். குருதத் பொறுப்பை என்னிடம் விடுங்கள், நான் அவனை கண்டிப்பாக இங்கே அழைத்துக் கொள்கிறேன்" என்ற உறுதியை வாங்கிக்கொண்டே திரும்பினேன்.

ஓரிரு மாதங்களில் திரு பை -யின் சினிமா ஒன்று தயாரானது. பெயர் 'மோகனா.' அதில் தேவ் ஆனந்த், ஹேமாவதி சப்ரூ நடித்திருந்தார்கள். பேனர்ஜி என்பவர் இயக்குனராக இருந்தார். குருதத் அவருக்கு கீழே வேலை செய்தான். புனேயை விட்டு வரும்பொழுதும் தன் நண்பர்களிடமிருந்து விலகி வரும்போதும் குருதத்திற்கு மிகவும் வருத்தம் ஏற்பட்டது. பிரபாத் ஸ்டூடியோவில் ஒற்றுமை இருந்தது; வேலையில் உற்சாகமிருந்தது. மேலும் அமைதியான சூழ்நிலை இருந்தது. பம்பாயில் இவை எல்லாம் எங்கே கிடைக்கும்? குருதத் முதலில் 'பேமஸ்' ஸ்டூடியோவில் சேர்ந்தான். மூன்று ஆண்டுகளின் ஒப்பந்தம் முடிய ஓராண்டு மீதமிருந்தது. 'மோகனா' படம் ஓடவில்லை. அப்பொழுது குருதத்தின் வேலை போனது. அவனும் அந்த சினிமாக் குழுவில் உழைத்து சோர்ந்துபோயிருந்தான். பம்பாயை விட்டு மதராசுக்குப் போனான். ஜெமினி மற்றும் பல ஸ்டூடியோக்களில் சேர பலவிதமான முயற்சிகள் செய்தான். அதே சமயத்தில் அவன் 'பியாசா' படக் கதையை எழுதி இருந்தான். கதை எழுதும் பழக்கம் அவனுக்கு பத்து வயதிலிருந்தே வந்தது.

அமியா சக்கரவர்த்தி 'கர்ல்ஸ் ஸ்கூல்' என்ற படத்தை எடுத்துக்கொண்டிருந்தார். அவர் மனைவி ஆல்மோராவில் தன் அக்கா இலட்சுமி (சங்கர்) மற்றும் அம்மாவுடன் இருந்தார். அந்த அறிமுகத்தால் குருதத்தை அமியா சக்ரவர்த்தி உதவி இயக்குனராக சேர்த்துக்கொண்டார். அதற்குப் பிறகு திரு ஞானேந்திர பிரசாத் கோஸ்வாமி 'சங்ராமா' படத்தில் உதவி இயக்குனராக வேலை செய்ய அவராகவே அழைத்தார். கோஸ்வாமியிடம் குருதத்திற்கு மிகவும் மரியாதை இருந்தது. அதற்காகத்தான் அவர் மரணத்திற்குப் பின் தன் பல படங்களை அவருக்கு அர்ப்பணித்திருந்தான்.

அதே சமயம் தேவ் ஆனந்தும் அவன் அண்ணன் சேதனானந்தும் சேர்ந்து 'நவகேதன்' என்ற பெயரில் ஒரு சினிமா நிறுவனத்தைத் தொடங்கினார்கள். அதன் முதல் படம் 'நீசா நகர்' என்று. இரண்டாம் படத்தை இயக்க தேவ் ஆனந்த் குருதத்திற்கு சொன்னான். சேதனானந்த் எதிர்த்தாலும் தேவ் ஆனந்த் தான் கொடுத்த வாக்கிற்கு கட்டுப்பட்டு குருதத்திற்கு வாய்ப்பளித்தான். 'பாஜி' என்ற படத்தை குருதத்திற்கு இயக்கக் கொடுத்தான். பால்ராஜ் சஹானி அதற்கு திரைக்கதை எழுதி இருந்தார். கதாநாயகன் தேவ் ஆனந்த், நாயகி கீதாஞ்சலி, இசை சசின்தேவ் பர்மன். 1946இல் இந்த 'பாஜி' படத்தின் முகூர்த்தம் நடந்தது. அந்த முகூர்த்தத்திற்கு திருமதி கீதா ரே 'ததபீரசே பிகடி ஹுயி' பாட்டை பாடினார். அந்த பாட்டின் ரெக்கார்டிங் நடந்தது. அதைக் கேட்டு எங்களுக்கெல்லாம் பைத்தியமே பிடித்து விட்டது போலானது. என்ன இனிமையான குரல்! எங்களுக்கு வங்க மொழி, வங்காளி மக்கள் என்றால் மிகவும் அபிமானம். அதிக அன்பு. காரணம் நாங்கள் பல ஆண்டுகள் கல்காத்தாவில் வாழ்ந்தது. அங்கேதான் எங்களுக்கு பிரபல எழுத்தாளர்கள், சாது சன்னியாசிகளின் தொடர்பு ஏற்பட்டது. 'பாஜி' படக் கதையை குருதத் தான் எழுதியது.

சச்சின் தேவ் பர்மாவை நான் கல்கத்தாவில் பார்த்திருந்தேன். 'சண்டிதாஸ்' படத்தில் வங்கம் மற்றும் இந்தியில் பாட்டுக்களைப் பாடி மிகவும் பிரபலமான கே.சி.டே - யுடன் பரபா என்பவரிடம் எப்பொழுதும் வருவார். பரபா ஸ்டேட்ஸ்மன் பத்திரிகையில் பெரிய பதவியில் இருந்தவர். அவர் ஜோசியத்திலும் நிபுணர். நாங்கள் அவர் இருந்த வீட்டின் கீழ் தளத்தில் இருந்தோம். எங்கள் குருதத்தை அவர் சிறியவனாக இருந்ததிலிருந்து பார்த்திருக்கிறார். இருவருக்கும் நல்ல நட்பு. குருதத்தின் பிரபல படங்களுக்கு அவர்தான் இசை அமைத்திருக்கிறார். ஏதாவது புது பாட்டு அல்லது ராகம் தயாரான உடன் முதலில் அவர் குருதத்தை அழைத்து அவனை அதை கேட்கச் செய்வார்; அவனிடம் அதைப் பற்றிய அபிப்பிராயத்தைக் கேட்பார். குருதத்திற்கும் அவரிடம் மரியாதை, விசுவாசம், நட்பு. 'தாதா' என்றால் போதும் தூக்கத்திலும் எழுந்து புறப்படுவான். குருதத்தின் சாவைக் கேட்டு அவருக்கு மாரடைப்பே வந்ததாம்.

கீதா ரே அவளுடைய அன்றைய இனிமையான பாட்டு, அந்த இறுக்கமான உடல்வாகு, அதற்கு ஏற்றார்போல அழகான முகம்

இவற்றை பார்த்து குருதத் அவளுக்கு பலியானான். அப்பொழுது அவள் மாதுங்காவில் தன் தாய் - தந்தை, அண்ணன் - தம்பி - தங்கைகளுடன் வசித்துவந்தாள். அவளுடைய முதிய தந்தை எப்பொழுதும் அவளுடனேயே இருப்பார். அவளுடைய பாட்டு ரெக்கார்டிங்குக்கு கூடவே வருவது, அவளுடைய பண வரவு செலவை கவனித்துக் கொள்வதையும் செய்வார். பின்னணிப் பாடகியர்களில் லதாமங்கேஷ்கருக்குப் பிறகு கீதா ரே தான் மிகவும் பிரபலம். ஆயிரக் கணக்கில் வருமானம் இருந்தது. இவள்தான் அவள் குடும்பத்தையே பராமரிக்கவேண்டும். வீட்டில் எல்லோருடைய ஆடம்பரமும் இவள் வருமானத்தல்தான் நடந்தது. அப்பா - அம்மா இவளுக்கு வரும் பணத்தில் அவள் கைக்கு தம்பிடிக் காசும் கொடுக்கமாட்டார்கள். இதுதான் அவளை மற்றவர்களிடம் போகவைத்திருக்கலாம்.

சுபாவத்தில் கீதா மிகவும் நல்லவள். ஆனால் 'விரும்பினால் பெண், வெறுத்தால் மாரி' என்ற குணமுடையவள். வீட்டுப் பொறுப்புகள் எல்லாம் அவள் மேல் இருந்தது. உழைக்கும் பெண் ஒருத்தியானால் உட்கார்ந்து தின்பவர்கள் பத்துப் பேர். தங்கள் சுயநலத்திற்காக எல்லோரும் பெண்ணை தலைமேல் தூக்கிவைத்துக்கொண்டு ஆடினார்கள். 'யாருடையதோ குதிரை, யாருடையதோ வெளி, கைக்குக் கிடைக்க எல்லாம் ஏறி ஓட்டுபவர்கள்தான்.' இப்படி அவளைப் புகழ்ந்து புகழ்ந்து தங்கச் சிலுவையில் ஏற்றிவிட்டார்கள். அவளோ பிடிவாதக்காரி, மேலும் புகழ் கள்ளைக் குடிக்கவைத்தால், சும்மா இருப்பாளா என்ன? தான் சொன்னதுதான் நடக்கவேண்டும் என்பாள். முதலில் வீட்டாரின் கண்ணில் மண்ணைத் தூவி எங்களிடம் வருவாள். நாட்கள் கடக்க துணிவுடன் நினைத்தபொழுதெல்லாம் வந்தாள். வரும்பொழுதெல்லாம் எங்களை அக்கறையுடன் காண்பாள். என் மகள் லலிதா, கீதா - குருதத்தை சேர்த்துவைக்க தூதுபோனாள். அப்பொழுது குருதத்திற்கு வங்காளம் படிக்க எழுத அவ்வளவாக வராது. கீதா அவனுக்குக் கற்றுக்கொடுப்பாள். வரும்பொழுதெல்லாம் எனக்கு பாடிக் காட்டி என் மனதை குளிர்ச்சியடையச் செய்வாள். அவள் வீடு திரும்பும்போது லலிதாவோ அல்லது நானோ கூடப்போய் விட்டுவருவோம். "பாஜி" சினிமா நல்ல பெயர் எடுத்தது. அப்பொழுது குருதத் கீதாவை 'என்னை திருமணம் செய்து கொள்வாயா?' என்று வாய்விட்டுக் கேட்டதற்கு அவள் 'இன்னும் மூன்று ஆண்டுகள் எனக்கு நேரம் சரியில்லை. இப்பொழுது எங்கள் வீட்டில் சம்மதிக்கமாட்டார்கள்'

என்று சொன்னாள். அப்பொழுது குருதத் அவள் வீட்டுக்குப் போய் பெரியவர்களிடம் பேசியும் வந்தான். அவள் அம்மா, பாட்டி எங்கள் வீட்டிற்கு வந்துபோனார்கள். ஆனால் அந்த சம்பந்தம் நடக்குமோ இல்லையோ என்ற பேச்சையே எடுக்கவில்லை. இதற்குப் பிறகும் நாங்கள் அவ்வப்போது 'பிக்னிக்' அல்லது தொலைவில் எங்கேயாவது அவள் காரில் போவோம். சில சமயம் எங்களுடன் போகிறேன் என்று தன் வீட்டில் சொல்லிவிட்டு, குருதத் - கீதா இருவர் மட்டும் எங்கெங்கேயோ திரிந்துவிட்டு வருவார்கள். சில நேரம் லலிதாவையும் கூடவே அழைத்துச் செல்வார்கள். இப்படி இரண்டு ஆண்டுகள் கடந்தன. குருதத் தன் இரண்டாவது படம் 'ஜால்' யைத் தொடங்கினான். கீதாவுக்கு தற்போது அவனை திருமணம் செய்துகொள்ளும் எண்ணம் கிடையாது என்று தோன்றியது. குருததிற்குப் பொறுமை அதிகம். அவன் பொறுத்துப் பொறுத்து தோற்றுப்போனான். கல்யாண் அருகில் 'ஹாஜிமல்லங்கா' என்ற பிரபல முஸ்லிம் பெரியவரின் 'சமாதி' இருக்கிறது. அங்கே போய் வந்தால் எண்ணியது நடக்கும் என்று கேட்டு, குருதத் கீதாவை அழைத்துக்கொண்டு அங்கே போனான். அவள் மற்றொரு வங்காள இளைஞனுடன் இதேபோன்ற உறவில் இருப்பது குருதத்திற்கு அப்போது தெரியவந்தது. ஆனாலும் தொடங்கிய உறவு ஒரு முடிவை அடையவேண்டும் என்று அங்கே அழைத்துப் போனான். அங்கே போன பிறகு "கீதா, நீ என் உணர்வுகளுடன் இப்படி விளையாட வேண்டாம். உன் மனதில் இருப்பதை சொல்லிவிடு. என்னை திருமணம் செய்துகொள்ள முடியாது என்றால், உண்மையைச் சொல்லிவிடு" என்று அதட்டிக் கேட்ட பின் அவள் சிறிது நேரம் மௌனமாக இருந்து முடிவில், "உன்னையே திருமணம் செய்துகொள்கிறேன்" என்று உறுதி அளித்தாள். ஆனால் அவள் வீட்டில் அவளுக்குத் திருமணம் செய்யும் எண்ணம் இருக்கவில்லை. ஆயிரக்கணக்கில் கரக்கும் அந்தக் காமதேனு மற்றவர்கள் வசமாகுமே என்ற கவலை அவர்களுக்கு. அவளிடமிருந்து கொட்டும் பணத்தை தாரைவார்த்துக் கொடுப்பது அவர்களால் எப்படி முடியும்? ஆனால் அவள் அளித்த உறுதி வார்த்தை கோலாகலமாக கொண்டாடப்பட்டது.

குருதத்திற்கு தன் குடும்பத்தின் மீது பாசம், கடமை உணர்வு, பொறுப்பு அதிகமாக இருந்தது. நாங்கள் இருவரும் அம்மா - பிள்ளை என்பதைவிடவும் நண்பர்களாக இருந்தோம். எங்கள் இருவரின் இலட்சியம், ஆசை, விருப்பங்கள், புத்தக காதல்,

எல்லாம் ஒன்றாக இருந்து எங்களிடம் மிக நெருக்கம் இருந்தது. என்னிடமிருந்து அவன் எதையும் மறைத்ததில்லை. அவன் எனக்கொரு கல்பவிருக்ஷத்தைப்போல இருந்தான். தங்கையையும் அதுபோலவே மிகப் பாசத்துடன் பார்த்துக்கொண்டான். அவளுக்கு எது தேவையோ அதை வாங்கிவந்து கொடுப்பான்.

1950இல் குருதத் என்னைப் பள்ளியில் வேலை செய்ய விடவில்லை. “இத்தனை ஆண்டுகள் நீ எங்களுக்காக உழைத்தது போதும் அம்மா, நான் பெரியவனாகி சம்பாதிக்கும் பொழுது நீ எதற்கு கஷ்டப்படவேண்டும்?” என்று என்னை அந்த வேலையில் இருந்து விடுவித்துவிட்டான்.

கீதா தன் அம்மாவிடம் சொன்னதுபோல ‘கார்’ இல் பெரிய பங்களாவை வாங்கி, அதற்கு வர்ணம் பூசி, தேவையான பொருட்களையும், அறைகலன்களையும் வாங்கிப் போட்டு, தன் அம்மாவின் பெயரை அதற்கு வைத்தாள்.

குருதத் முதலில் சின்ன கார் ஒன்றை வாங்கினான். இயக்குனர் ஆன பிறகு அவனைக் காணவரும் கூட்டம் அதிகமானது. நாங்கள் இருந்த வீடோ சின்னது. மாதுங்காவில் எங்களுக்கு பெரிய வீடு கிடைக்கவில்லை. முடிவில் குருதத்தும் ‘கார்’ இல் ஒரு வீட்டை வாடைகைக்கு எடுத்தான். அப்பொழுது ‘ஜால்’ படத்திற்கு மாலவானா பகுதியின் பின்னணியும் தேவையாக இருந்தது. அது ஒரு கிருஸ்துவ இனத்தின் கதை. அதில் தேவ் ஆனந்த், கீதாபாலி, ராம்சிங் போன்றவர்கள் நடித்தார்கள். எஸ். டி.பர்மன் கொங்கணாவிற்கு போய் அந்தப் பகுதி மக்களின் இசையை கற்று வந்து ‘ஜால்’ படத்திற்கு இசை அமைத்தார். எனக்கோ மாதுங்காவை விட்டுப்போக மனமில்லை. குருதத் தான் மட்டும் வேறு வீட்டிற்குப் போகமாட்டேன் என்று பிடிவாதமாக இருந்தான்.

நான் லலிதா, தேவதாஸ், விஜயை அழைத்துக்கொண்டு தாரவாடாவுக்கு என் தாய்மாமன் வீட்டிற்குப் போனேன். என் மாமன் மகளுக்கு அம்மா இல்லை. என்னையே அம்மா என்று மிக அக்கறையுடன் காண்பாள். தாய்மாமன் அப்பொழுது அவளுக்கு மாப்பிள்ளை பார்த்துக் கொண்டிருந்தார். ஆனால் அவளுக்கு அது ஏற்பாக இருக்கவில்லை. ஒருநாள் அவள் லலிதாவுடன் பி.ஜி.பாலா என்ற பிரபல ஜோசியர் வீட்டிற்குப் போயிருந்தாளாம். அவர் லலிதாவைப் பார்த்ததும் “இந்தப் பெண் மிகவும் இலட்சணமாக

இருக்கிறாள். சில மாதங்களில் இவளுக்கு திருமணம் நிச்சயமாகும். இவள் கல்வியைத் தொடரமாட்டாள்” என்று சொன்னாராம். லலிதா வீட்டிற்கு வந்ததும் இந்தச் செய்தியை என்னிடம் தெரிவித்தாள். அவளைவிட எனக்கு முதலில் கோபம் வந்தது. லலிதாவின் திருமணத்தை வெகு விரைவில் நாங்கள் செய்யும் எண்ணம் இருக்கவில்லை. அப்பொழுது அவள் இன்னும் ‘கமர்ஷியல் ஆர்ட்’ கற்றுக்கொண்டிருந்தாள். குடும்ப வாழ்க்கையை நான் அனுபவித்து சலித்துப் போயிருந்தேன். என் உறவினப் பெண்கள் யாரும் குடும்ப சுகபோகத்தை என்னளவுக்கு அனுபவித்ததில்லை. அப்படி இருக்க இந்த சின்னப் பெண்ணின் மீது இந்த பாரத்தை சுமத்த எனக்கு வருத்தமாக இருந்தது. லலிதா தன் கல்வியை முடிக்கட்டும்; பணம் சம்பாதிக்கட்டும்; தனது சொந்தக் காலில் நிற்கட்டும்; அதற்குப் பிறகு தனக்கு விருப்பமானவனை மணக்கட்டும் என்பதுதான் என் விருப்பமாக இருந்தது. ஆனால் தலை எழுத்தை யாரால் மாற்ற முடியும்?

நாங்கள் பம்பாய் திரும்பிய சில நாட்களிலேயே லலிதாவிற்தாக மாப்பிள்ளை வீட்டார் வந்து திருமணத்திற்கு வற்புறுத்தினார்கள். பையன் படகில் கேப்டனாக இருந்தான். நல்ல சம்பளம். வீட்டின் முன்னால் கார் காத்துக்கொண்டிருக்கும். வீட்டில் தேவையான எல்லா வசதிகளும் இருந்தன. அவர்களை விடவும் எங்களுக்கு நெருங்கியவர்கள் அதிகம் வற்புறுத்தினார்கள்.

மறுபக்கம் ஆத்மாராம் கல்லூரியில் படிக்கும் பொழுதே தன் சகமாணவியான தோழி நாகரத்னா என்பவளை தான் திருமணம் செய்துகொள்வதாக பிடிவாதம் பிடித்தான். அவளுக்கு அம்மா கிடையாது. அவள் நன்றாக நடனமாடுவாள். அதனால் இவனை அப்பொழுதே ஆட்டிவைத்தாள் என்று தோன்றுகிறது.

இன்னொரு பக்கம் குருதத் - கீதாவின் வாக்குவாதமும் நடந்துகொண்டிருந்தது. இந்தச் சூழ்நிலையில் நான் என்ன செய்யவேண்டும் என்றே தோன்றவில்லை. வயதுக்கு வந்த பெண்ணை வீட்டில் வைத்துக்கொண்டு பிள்ளைகளின் திருமணம் செய்வது சரி வராது என்று எண்ணினேன். அதுமட்டுமல்லாமல் நல்ல அழகான லலிதாவை இப்பொழுது கல்லூரிக்கு அனுப்பினால், கல்லூரிப் பையன்கள் சிரமம் கொடுக்க ஆரம்பித்தால் என்ன ஆகும்? லலிதா அப்படி ஒன்றும் துணிச்சல்காரி அல்ல. எங்காவது வழி தவறினால் எங்களைப் போன்றவர்களின் கதி என்ன? இப்படி எல்லாம் சிந்தித்து லலிதாவின் திருமணத்திற்கு நான் சம்மதித்தேன்.

நான் சம்மதித்தது லலிதாவிற்குப் பிடிக்கவில்லை என்று தெரிகிறது. ஆனால் குருதத் எப்படியோ அவளை சமாதானப்படுத்தி சம்மதிக்கவைத்தான்.

கோபாலகிருஷ்ணன் எங்கள் ஆத்மாராமின் வயதுக்காரன். அவன் நண்பன். ஆனாலும் எங்கள் வீட்டிற்கு என்றும் வந்ததில்லை. அவனுடைய தாய்மாமனின் மனைவி லலிதாவுக்கு பள்ளியில் ஆசிரியையாக இருந்தார். என் அம்மாவுக்கு நெருங்கிய சொந்தமும் கூட. நாங்கள் மற்றவர் வீட்டிற்குப் போவதில்லை. அதற்குக் காரணம் ஏழ்மை, குருதத்தின் சினிமாத் தொழில், எங்கள் உறவினருக்கும், சமுதாயத்திற்கும் ஏதோ குற்றம் செய்வதுபோல, ஏதோ இழிவான தொழிலைச் செய்வதுபோல எண்ணம். ஆனால் அந்த உறவு அவர்களால் மறுபடியும் தொடர்ந்து நாங்கள் சம்மதிக்க வேண்டியதானது. எங்கள் குடும்பத்தில் இதுதான் முதல் திருமணமானதால் குருதத்திற்கு இதை ஆடம்பரமாக நடத்தவேண்டும் என்ற உற்சாகம். ஆயிரக்கணக்கில் செலவு செய்து நிச்சயதார்த்தம் நடத்தினோம். உண்மையில் கோபாலகிருஷ்ணன் குணசாலி. எல்லோரும் அன்பு செலுத்தும்படியாக இருந்தான். தன் ஏழாவது வயதிலேயே அப்பாவை இழந்து, தாத்தா - பாட்டி அரவணைப்பில், தாய்மாமன் தயவில் வளர்ந்தவன். பதிமூன்றாம் வயதிலேயே அவனை கப்பலில் வேலைக்குச் சேர்த்தார்கள். அங்கேயே அவன் படிப்பு, வேலை இரண்டும் நடந்தது. அப்படி தன் உழைப்பாலும், திறமையாலும் தன்னுடைய 24 வயதிலேயே கேப்டன் ஆனான். இனி தனக்கென்று ஒரு சொந்த வீட்டை வாங்கவேண்டும் என்ற தவிப்பில் இருந்தான். அதனால் லலிதாவைப் பார்த்ததும் திருமணத்திற்கு சம்மதித்தான். 1952 ஏப்ரலில் நாங்கள் 'கார்' க்குப் போனோம். மாதுங்கா வீட்டில் ஆத்மாராமும் அவன் அப்பாவும் இருந்தார்கள். காலையிலும் மாலையிலும் 'கார்' இல் இருந்து அவர்களுக்கு உணவு அனுப்பும் ஏற்பாடு செய்யப்பட்டது. விடுமுறையின் போது இருவரும் 'கார்' க்கு வருவார்கள். ஆத்மாராம் தன் பி.ஏ. தேர்வில் தேர்வடைந்தான். பிறகு எம்.ஏ. படிக்க பணமும் கட்டினான். குருதத் படம் அப்பொழுதுதான் தொடங்கியது. அதில் வேலையும் செய்தான்.

லலிதாவின் திருமணம் மிகவும் ஆடம்பரமாக நடந்தது. அப்பொழுது குருதத்தின் பொருளாதார நிலை நன்றாக இருக்கவில்லை. அதற்காக திருமணத்தைத் தள்ளிப் போடக்கூடாது என்பது குருதத்தின் எண்ணம். எங்கே இருந்தோ பணத்தைப்

ஏற்பாடு செய்தான். எப்படியோ 1952 டிசம்பர் தொடக்கத்திலேயே திருமணம் செய்து முடித்தான்.

குருதத் 'கார்'க்கு வந்த பிறகு என்னிடம் இருந்து விலகி இருந்தான். எப்பொழுதும் கீதாவின் வீட்டிலேயே தங்குவான். இரவு மட்டும் வீட்டிற்கு வருவான். இருவருக்கும் அடிக்கடி வாக்குவாதம், சண்டைகள் நடந்து, கீதா சொல்லாமல் கொள்ளாமல் வெளியூருக்கோ, மற்ற நண்பர்கள் வீட்டிற்கோ போய்விடுவாள். பிறகு குருதத் தேடிக் கண்டுபிடித்து சமாதானம் செய்து அழைத்துவருவான். ஒருமுறை நான்கு நாட்கள் எங்கே மாயமானளோ தெரியவே இல்லை. எங்களுக்கோ கவலை, பயம். புகழ் பெற்றவளான அவளுடைய இந்தச் செயல் வெளிப்படையாகத் தெரிந்தால் எப்படிப்பட்ட அவமானம்! சினிமா உலகில் வாய்க்கு வந்தபடி புரளி பேசுவார்கள். கதை கட்டிவிடுவதோ ஏராளமாக நடக்கும். இதை எல்லாம் நினைத்து வாயைப் பொத்திக்கொண்டு வருவதை எல்லாம் முழுங்கவேண்டி இருந்தது. கீதா திரும்பி வந்ததும் இருவரும் எதுவும் நடக்காததுபோல நடிப்பார்கள். நானும் குருதத்திடம் சொல்லி இருந்தேன்: "நடந்துபோன விஷயத்தைப் பற்றி அவளிடம் எதையும் கேட்கக் கூடாது" என்று.

'ஜால்' படத்திற்குப் பிறகு குருதத் கீதாபாலியின் அக்கா 'ஹரிதர்ஷன்' உடன் எச்.ஜி. ஃபிலிம்ஸ் என்ற பெயரில் 'பாஜி' என்ற படத்தை எடுக்கத் தொடங்கினான். அப்பொழுது கோவா போர்த்துகீசியர்களின் ஆட்சியில் இருந்தது. அவர்கள் ஆட்சியில் நடக்கும் கொடுமை, வன்முறைகளைப் பற்றி அந்தப் படத்தின் கதை இருந்தது. 'ஜால்', 'பாஜி' சினிமாவின் நிகருக்கு வெற்றி அடையவில்லை. படத்தின் கதாநாயகன் தயாரிப்பாளருக்கு மிகவும் சிரமம் கொடுப்பதை குருதத் பொறுக்கமுடியாமல் தானே கதாநாயகனாக நடிப்பது என்று முடிவு செய்தான். இயல்பிலேயே அவன் மிகவும் வெகுளி; வெட்கப்படுவான்; எப்பொழுதும் பயந்தவன்போல இருப்பான். இப்படிப்பட்டவன் எப்படி நடிப்பான் என்று எங்களுக்கு பயமாக இருந்தது. எப்படியோ நடித்து முடித்தான். பிறகு அவனுடைய எல்லாப் படங்களிலும் அவனே கதாநாயகனாக நடிக்கத் தொடங்கினான்.

1953 மே மாதம் குருதத்தின் திருமணம் நடந்தது. கீதாராயை அவள் பணத்திற்காக திருமணம் செய்துகொண்டான் என்று, அவனுக்கும் அவளுக்கும் ஏணி வைத்தாலும் எட்டாது என்று டைம்ஸ் பத்திரிகை மிகவும் கேவலமாக எழுதி இருந்தது. குருதத்திற்கு பணத்தின்

மீது என்றும் ஆசை இருந்ததில்லை. அப்படி இருந்திருந்தால் பணத்தை சுரண்டிக்கொண்டு அவளைக் கைவிட்டிருக்கலாம். தானாக உழைத்து அவன் சம்பாதித்தது. அவன் சல்லிக் காசையும் வைத்துக்கொள்ளாமல் வருவதை எல்லாம் அடுத்தவர் உதவிக்கும், தான தர்மத்திற்கும் செலவு செய்துவிடுவான். அப்படிச் செய்வதை சொல்லவும் மாட்டான். இந்த சினிமாத் தொழிலில் இருப்பவர்கள் தற்பெருமை பேசிக்கொள்வதே அதிகம். மற்றவர்கள் தங்களை பாராட்டிப் பேசுகிறார்களா இல்லையா என்ற சந்தேகம் இருப்பவர்கள் தற்பெருமை பேசிக்கொள்ளலாம். குருதத்திற்கு யார் பாராட்டினாலும், தூற்றினாலும் அதற்குச் செவி சாய்க்கமாட்டான். தான் உண்டு, தன் வேலை உண்டு. இதனால் அவன் பெருமை யாருக்கும் தெரியாமல் போனது. வாய் திறந்து தன் இன்ப - துன்பத்தை சொல்லாததால் யாருக்கும் எதுவும் தெரியாமல் போனது. எப்பொழுதும் பணத் தட்டுப்பாடு இருந்தே இருக்கும். ஆனாலும் என்றும் கையில் எடுத்துக்கொண்ட வேலையை நிறுத்தமாட்டான்.

'பாஜி' படத்திற்குப் பிறகு 'ஆர்-பார்' சினிமாவில் ஷியாமா என்பவரை நாயகியாக போட்டு, தான் கதாநாயகனாக நடித்தான். கடும் உழைப்பாளிகளின் வாழ்க்கையைப் பற்றிய கதையான அந்தப் படம் நன்றாக ஓடி, நல்ல பெயரை வாங்கித் தந்தது. பணமும் வந்தது. அப்பொழுது வீட்டுச் சூழ்நிலை மாறி இருந்ததால் தேவிதாசும், விஜயும் படிப்பில் கவனம் செலுத்தவில்லை. தேவிதாசை ஒரு போர்டிங்க் பள்ளியில் போட நான் குருதத்திடம் பரிந்துரை செய்தேன். அவனால் அது முடியாது. ஆனாலும் என் பேச்சுக்குக் கட்டுப்பட்டு, தேவிதாசை எஸ்.எஸ்.பி.எம். பள்ளியில் சேர்த்தான். 1953 நவம்பரில் ஆத்மாராம் - நாகரத்னாவின் திருமணம் நடந்தது.

கீதா திருமணத்திற்குப் பிறகு முன் போல இருக்கவில்லை. அவள் குணம் மாறியது. திருமணத்திற்குப் பிறகு சுகமாக - மகிழ்ச்சியாக இருப்பதை விட்டு எப்பொழுதும் சண்டையே அதிகமாகத் இருந்தது. கீதா நல்ல பெண் என்பது உண்மை. ஆனாலும் ஏனோ எதற்கோ இந்தத் திருமணம் நல்லமுறையில் இருக்காது என்று என் உள்மனது அடித்துக்கொண்டது. குருதத் என்னிடம் மனம் விட்டுப் பேசும்போது எனக்குத் தோன்றிய அறிகுறிகளை அவனிடம் சொல்லி இருந்தேன். அவனுக்கும் சில நேரம் அப்படித் தோன்றி இருக்கலாம். ஆனால் கொடுத்த வாக்கிற்கு அவன் என்றும்

தவறியவனல்ல. "அம்மா, என்ன ஆனாலும் நான் கீதாவைக் காதலிக்கிறேன். அவளை திருமணம் செய்துகொள்கிறேன் என்று வாக்களித்ததை எப்படி தவற விடுவது? முடியாது. என்றும் முடியாது. தலை எழுத்து எப்படியோ அதுபோல நடக்கட்டும். நீ கவலைப்பட்டு உடம்பைக் கெடுத்துக்கொள்ள வேண்டாம், அம்மா" என்று என்னிடம் ஒருமுறை சொல்லி இருந்தான். அவனே அப்படிச் சொல்லும்பொழுது, அவன் எங்கள் குடும்பத்திற்கு பொறுப்பாக இருக்கும் பொழுது, நான் எப்படி வற்புறுத்த முடியும்? நான் சொன்னாலும் அவன் கேட்கமாட்டான். அமைதியாக இருந்தேன்.

1954 ஜுலை மாதம் ஒன்பதாம் தேதி, குருதத்திற்கு மூத்த மகன் பிறந்தான். அதே ஆண்டு மே 31-க்கு லலிதாவிற்கும் பெண் குழந்தை பிறந்தது. குருதத்திற்கு தன் மகனைவிடவும் அதிகமாக லலிதாவின் மகளின் மேல் பாசம் அதிகம். குழந்தையை முதல் முதலாகப் பார்த்தவனே அவன். பிறந்த மூன்று நாட்களில் அவளுடைய பல போட்டோக்களை எடுத்தான். பல ஆண்டுகளாக சிறுபிள்ளைகள் இல்லாத வீடு இப்பொழுது நிறைந்திருந்தது. இரண்டு குழந்தைகளுக்கும் பன்னிரெண்டாம் நாள் பெயர் சூட்டு விழா நடந்தது. மகளின் மகளுக்கு கல்பனா என்று பெயர் சூட்டினோம். மகன் பிறந்த பிறகு கீதா - குருதத் அன்னியோன்யமாக, மகிழ்ச்சியாக இருந்தார்கள். மகனுக்கு ஒரு பணிப்பெண்ணை ஏற்பாடு செய்தார்கள். நான் அதிகமாக மகள் வீட்டில் இருந்தேன். ஏன் என்றால் அவளுக்கு பணிப்பெண்ணை வைத்துக்கொள்ளும் எண்ணம் இருக்கவில்லை, வசதியும் கிடையாது.

ஒரு ஆண்டுக்குள் கீதா பல தடவை மிகவும் கோபித்துக் கொண்டு வீட்டை விட்டுப் போயிருந்தாள். திருமணத்திற்குப் பிறகும் அவள் முழு சுதந்திரமாக இருந்தாள். கணவன் இருக்கிறான் என்ற காரணத்தால் அதிக தன்னிச்சையாக நடந்துகொள்ளவில்லை. அவள் வருமானம் எல்லாம் அவளிடமே இருந்தது. குருதத் என்றும் அதைப் பற்றிக் கவலைப்படவில்லை. அது எவ்வளவு என்றும் கேட்கமாட்டான். அதனால் அது அவளுடைய வெட்டிச் செலவுக்கு வழிவகுத்தது. போதாதற்கு பல நண்பர்களும் சேர்ந்துகொண்டார்கள். அவர்களுடன் மனம் போன போக்கில் சுற்றுவது அதிகமானது. தான்தோன்றியாகத் திரிவது அதிகமானது. அப்பொழுதே குருதத் துணிவுடன் அவளை பிடியில் வைத்திருந்தால்

அவள் சரியான பாதையில் நடந்திருப்பாளோ என்னமோ? அப்படிச் செய்யாமல் தவறு செய்தான்.

1955 குருதத் 'கார்' இன் 12 தெருவிலிருந்து 19ஆம் தெருவில் ஒரு பெரிய வீட்டை வாடைகைக்கு எடுத்துக் கொண்டு குடிபோனான். அப்பொழுது குருதத் ஸ்டூடியோ தாடாதேவியில் இருந்தது. இந்த முறை நகைச்சுவைக்கு முக்கியத்துவம் இருக்கும் ஒரு படத்தை எடுக்க விரும்பி அதில் மதுபாலாவை கதாநாயகியாக நடிக்க வைத்தான். தான் கதாநாயகனாக நடித்தான். இது அதிக சிறப்பாக நடந்தது. பணம் புழங்கத் தொடங்கியது. தருணின் பிறந்தநாள் விழா சிறப்பாக நடந்தது. பிறந்தநாள் அழைப்பிதழை லலிதா தானாக செய்தாள். குருதத் - கீதா சேர்ந்து பலமுறை மும்பையை சுற்றித் திரிந்தார்கள். முதல் முறையாக லண்டனுக்கும் போய்வந்தார்கள். அந்த ஆண்டு என் கணவர் வேலையிலிருந்து ஓய்வுபெற்றார். நான் தில்லி, காஷ்மீர், ஹரித்வார், ஜெய்ப்பூர், ரிஷிகேஷ் போன்ற இடங்களைச் சுற்றிவந்து, என் பல நாள் ஆசையை நிறைவேற்றிக்கொண்டேன். என் அம்மாவை லலிதாவின் வீட்டில் இருக்க சம்மதிக்க வைத்தேன். என் கணவர் இரண்டு மகன்களின் வீட்டிலும் மாறி மாறித் தங்கினார். நான் மும்பையிலிருந்து புறப்படும்பொழுதே காய்ச்சல் இருந்தது. ஆனால் நான் யாரிடமும் சொல்லவில்லை. ஒருமுறை மும்பையை விட்டால் போதும் என்றிருந்தது. எங்கள் குடும்பமோ ஏழ்மையானது. எப்பொழுதும் பணத் தட்டுப்பாடு இருக்கும். வருவது குறைவு, போவது அதிகம். இதில் பிள்ளைகளின் எதிர்காலம் - அவர்களை ஆளாக்குவது மட்டுமல்லாமல் நல்லவர்களாகவும் வளர்க்கும் ஆசையால் - எந்த சிரமங்களுக்கும் கவலைப்படாமல் குடும்பத்தைப் பாதுகாத்துக் கொண்டு வந்தேன். பிள்ளைகள் வளர்ந்து தங்கள் குடும்ப வாழ்க்கையில் ஈடுபட்டதும், எங்கள் குடும்பம் கவலைக்கிடமாகி, கேட்பாரற்று, பழையவை எல்லாம் நினைவிற்கு வந்து துயரம் பொங்கி வந்து மனக் கவலை அதிகமாகுமே தவிர குறையாது. அதிலும் நம் பிள்ளைகளுக்கு பாரமாக இருந்தால் அது மேலும் அதிகரிக்கும். நமக்கு மட்டுமல்லாமல் பிள்ளைகளுக்கும் அது துயரமாகும். அப்பொழுது அவர்கள் யாரைச் சமாளிப்பது? வார்த்தைக்கு வார்த்தை கோபப்படும் தங்கள் மனைவிகளையா? அல்லது முணுமுணுக்கும் தங்கள் பெற்றோர்களையா? இந்த அனுபவம் எங்களுக்கு மட்டுமல்ல. உலக அனுபவமே இதுதான்.

குருதத் என்னிடமிருந்து விலகியது என்னமோ உண்மை; ஆனால் என் தேவைகளை அவன் என்றும் நிறைவு செய்வான். நான் எங்கே போகவேண்டுமோ அங்கே அனுப்பி வைப்பான். சிறிய வயதில் இருந்தே பெரிய நகரங்களையும், இயற்கை - அழகான இடங்களையும் பார்க்கவேண்டும் என்ற என் பித்து ஆர்வத்தை டார்ஜிலிங், காஷ்மீர் போன்ற அழகிய இடங்களுக்கு அனுப்பி மனநிறைவடைவான். நான் அவன் பேச்சைத் தட்டமாட்டேன். அவன் திருமண வாழ்க்கையில் ஆகட்டும், தொழில் வாழ்க்கையில் ஆகட்டும் என் மூக்கை நுழைக்கமாட்டேன். என்னிடமிருந்து எந்தச் சிரமமும் ஏற்படாமல் பார்த்துக் கொள்வேன். ஆனாலும் அடுத்தவர்கள் முன் தணிந்து குனிந்து என் வாழ்க்கையை கழிக்கவேண்டிய நிலைமை வந்ததே என்று உள்ளுக்குள் புழுங்குவேன்.

குருதத் முன்கோபக்காரன் என்பது உண்மை; ஆனால் ஸ்படிகத்தைப் போல அவன் மனம் எப்பொழுதும் தூய்மையாக இருக்கும். அடுத்தவர்களைக் குறை சொல்வது அவனுக்குப் பிடிக்காது. அவனுடைய தூய்மையான குணமே அவனை சங்கடத்தில் தள்ளியது. அவனைப் புகழ்வதுபோல நடித்து பலர் ஏமாற்றினார்கள். என்ன ஆனாலும் பரோபகாரம் - ஏழைப் பிள்ளைகளுக்கு வீட்டில் சாப்பாடு போடுவது, அவர்கள் படிப்பு செலவிற்குப் பணம் கொடுப்பது - இப்படி எதையும் அவன் தவிர்க்கவில்லை. ஆனால் அதற்கு பிரதிபலனை எதிர்பார்க்கமாட்டான்; நான் இதைச் செய்தேன் என்று சொல்லிக் கொள்ளமாட்டான். இதற்காகவே அவனை கபடன் - அகங்காரி என்று அழைத்தவர்களும் உண்டு. அவனை அவன் வாழ்க்கை முழுவதும் யாரும் சரியாகப் புரிந்துகொள்ளவே இல்லை. பட்டம் பெறாவிட்டாலும் படிக்கும் பித்து அதிகம். ஷேக்ஸ்பியர், பெர்னாட்ஷா, எமில் ஜோலா, வுட்ஹௌஸ், டால்ஸ்டாய், ஸ்பையின்பெக் போன்றவகளின் படைப்புகளை பலமுறை படித்திருக்கிறான். மரபுகளில் அவனுக்கு அதிக நம்பிக்கை இல்லாவிட்டாலும், பகவத் கீதை, குரான், பைபிள் படித்திருந்தான். தனக்குத் தெரிந்ததை, தெரிந்த அளவில் தன் வாழ்க்கையில் கடைபிடிக்க முயற்சி செய்தான். பகல் - இரவு எப்பொழுதும் தன் படத்தைப் பற்றியே சிந்திப்பான். எதிரில் இருப்பவர்களையே மறந்து ஏதோ தியானத்தில் இருப்பவனைப்போல அவன் கண்கள் வெறுமையை நோக்கி இருக்கும். கீதாவின் குணம் இதற்கு எதிர்மாறானது. அவள் தன்னைச் சுற்றி மாயவலையை விரித்து,

தன்னை தை தை என்று ஆட்டி வைக்கும் வஞ்சக நண்பர்களின் பின்னால் திரிவாள்; விருப்பங்களை நிறைவேற்றிக்கொள்ள கானல் நீருக்குக் கையேந்தி ஓடினாள். தன் சுகபோகங்களுக்கு முன் அவளுக்கு எதுவும் தென்படவில்லை. கடவுள் அருளால் அவளுக்கு இனிமையான குரல் இருந்தது. ஆனால் அதிர்ஷ்டம் இருக்கவில்லை. அவளுக்கு மனித இயல்பான பரிவான குணமே இருக்கவில்லை. மினுமினுப்பு, ஆதிக்கம், தேன் ஒழுகும் வார்த்தைகள் அவளைக் கவரும். அதனால் இருவர் குணமும் ஒன்று சேரவில்லை. குருதத்தின் எளிமையான குணம், தூய்மையான மனதை அவள் என்றும் புரிந்துகொள்ளவே இல்லை. அந்த சிந்தனைகளும் அவளிடம் கிடையாது. அப்படி இருந்தாலும் குருதத் அவளிடமிருந்து எதையும் மறைத்ததில்லை. அவள் அருகே வந்தால் போதும் அவளுக்கு எல்லாம் சொல்லிவிடுவான். அவள் எண்ணத்தைக் கேட்பான். அப்பாடா! அவர்கள் நெருக்கமாக இருக்கிறார்களே என்று மூச்சுவிடுவதற்குள் திரும்பவும் அவர்கள் நடுவில் சண்டை மூண்டுவிடும். தகராறின் விளைவுதான் என்ன? அவள் தன் தாய் வீட்டிற்குப் போய்விடுவது. இங்கே இருந்தாலும் அவளுக்கு சாப்பாடு அம்மா வீட்டிலிருந்துதான் வரும். இந்தக் கணவன் - மனைவி உறவு எங்களுக்கு இரகசியமாகவே இருந்தது.

ஒருமுறை குருதத் ஹைதராபாதிற்கு ஒரு பட வெளியீட்டிற்குப் போயிருந்தான். அங்கே ஒரு தெலுங்குப் படத்தைப் பார்த்தான். 'ரோஜுலு மார்யாவு' என்ற படம். அதில் வகிதா ரஹ்மான் நாட்டியமாடி இருந்தது குருதத்திற்கு மிகவும் பிடித்துப்போனதாம். உடனே அவளை தன் அடுத்த படங்களுக்கு காண்ட்ராக்ட் வழியாக சேர்த்துக் கொள்ளவேண்டும் என்று பலமுறை அவள் அம்மாவை சமாதானப்படுத்தினாலும் அவள் சம்மதிக்கவில்லை. ஒருமுறை மனதில் விழுந்துவிட்டால் அத்தனை எளிதில் விட்டுவிடமாட்டான். பல வழிகளில் அம்மா - மகளைச் சம்மதிக்கவைத்து, அவளுடைய பல சரத்துக்களுக்கும் ஒப்புதல் அளித்து, காண்ட்ராக்ட்டில் அவள் கையொப்பத்தை பெற்றுக்கொண்டு பம்பாய் திரும்பினான். அவளை நடிக்கவைத்து தயாரித்த படங்கள் எல்லாம் முழு வெற்றியடைந்தன. ஆரம்பத்தில் அலுவலகத்தில் எல்லோரும் வகிதா ரஹ்மானை படத்தில் சேர்த்துக் கொண்டதற்கு கிண்டல் செய்தார்கள். குருதத் கண்டுகொள்ளவில்லை. சொல்லிக்கொடுக்கும் வேலையை வெகு விரைவில் புரிந்துகொள்ளும் புத்திசாலித்தனம் அவளிடம் இருப்பதாகச் சொல்வான். அப்பொழுது அவளுக்கு இன்னும்

பதினாறு வயது. அதிகம் படித்தவளும் அல்ல. அப்பா இறந்த பிறகு வீட்டு நிலைமை படுமோசமாக இருந்தது. அப்பொழுது யார் மூலமாகவோ இந்த சினிமா உலகிற்குள் சேர்ந்தாள். குருதத் அந்தப் படத்தில் அவளை நடிக்கவைத்ததால் சினிமாத் துறையில் குருதத்திடம் இருந்த புத்திசாலித்தனம், இயக்கும் கலை மக்கள் கண்ணுக்குத் தென்பட்டது. இந்தப் படத்தால் வந்த வருமானத்தை தன் அலுவலகத்தில் இருந்த எல்லா வேலையாட்களுக்கும், வீட்டில் இருந்த எல்லா வேலையாட்களுக்கும் மூன்று மாத போனஸாக கொடுத்தான். எப்பொழுதும் முதலில் ஸ்டூடியோவில் வேலை செய்பவர்களுக்கு சம்பளத்தைக் கொடுத்துவிட்டு, கடைசியாக வீட்டுச் செலவிற்குப் பணம் கொடுப்பான். படப்பிடிப்பு நடக்கும் பொழுது மிக அமைதியாக இருக்கவேண்டும். சிறிய சத்தம் அல்லது தவறு நடந்தாலும் புலியைப்போல உறுமுவான். எல்லோரும் இவனுக்குப் பயந்து சாவார்கள். ஆனால் வேலை முடிந்ததும் அவன் நல்ல நண்பன். அவர்கள் சுக - துக்கத்தை எல்லாம் கேட்டுத் தெரிந்துகொள்வான். அவர்களுக்கு எது தேவையோ அதை செய்துகொடுப்பான். அதனால் முன்னூறு வேலைக்காரர்கள், அலுவலக சிப்பந்திகள் குருதத்திடம் மிகவும் சிரத்தையுடன் - விசுவாசத்துடன் இருப்பார்கள். அவனுக்கு சிறிய தலைவலி என்றாலும் கடவுளிடம் வேண்டிக் கொள்வார்கள்! எல்லா ஆண்டும் ஒரு சிற்பி விநாயகர் பண்டிகைக்கு ஒரு விநாயக விக்கிரகத்தை கொண்டுவந்து தருவார். தன் சன்மானத்தையும் பெற்றுச் செல்வார். அவர் 1963 இல் இறந்தபிறகு அது நின்றுவிட்டது.

குருதத்திற்கு சிறு பிள்ளைகள் என்றால் போதும்; மிகவும் அன்பு. அதிலும் தன் மூத்த மகன் தருண் மேல் அதிகம். மிக அதிக வேலைப்பளு இருக்கும் தருணங்களிலும் எப்படியாவது சிறிது நேரத்தை ஒதுக்கி அவனுடன் விளையாடுவான். அவன் மேல் தன் அன்பைப் பொழிந்தான். அவன் அப்பொழுது தயாரித்த ‘பியாசா’ படம் மிகப் புகழ் பெற்றது. பணம், பெயர் புகழ், மக்கள் பாராட்டு எல்லாம் கிடைத்தது. லோனாவாலாவில் சில ஏக்கர் நிலம் வாங்கி, மூன்று அறைகளை அங்கே கட்டினான். தனக்கு ஏதாவது சோர்வாக இருந்தால், அல்லது சினிமாவிற்காக எதையாவது எழுதவேண்டி இருந்தால் அங்கே போய் தங்குவான். தானே சமைத்துக் கொள்வான். அதைப் பராமரிக்க இருக்கும் வேலையாட்களுடன் சேர்ந்து வயலில் வேலை செய்வான். அவர்களிடமிருந்து சோள ரொட்டி அல்லது கம்பு ரொட்டி சட்னியை வாங்கித் தின்பான். அங்கே அவன் தோண்டிய

கிணற்றில் இருந்து தானே தண்ணீர் இறைப்பான். அக்கம் பக்கத்து கூலி ஆட்கள் வந்தால் அவர்களுக்கு குடிக்கக் கொடுப்பான். அந்த கிணறு அங்கே இருந்தவர்களுக்கு கங்கையைப்போல இருந்தது. எல்லோரும் தண்ணீர் சேந்திச் செல்வார்கள். அந்த வயலில் விளைந்த தானியங்களை அலுவலகத்தில் இருப்பவர்களுக்கும் தம்பி - தங்கைக்கும் பகிர்ந்து கொடுத்து மீதமிருந்தால் வீட்டிற்கு எடுத்து வருவான். இதனால் லோனாவாலா குருதத்திற்கு மிகவும் பிடித்துப்போனது. ஆனால் அதுவே கீதாவின் எதிர்க்கும் எண்ணங்களுக்கு வாய்ப்பளித்தது. கிராமத்து வாழ்க்கை என்றால் எரிந்துவிழும் குணமுடையவள். குருதத் எதில் விருப்பம் காட்டுவானோ அதில் அவளுக்கு வெறுப்பு. கணவன் மனைவியின் இந்த இழுபறியிலேயே தருணுக்குப் பிறகு இரண்டாம் மகன் அருண் பிறந்தான். இது 1956இல். இந்த முறையாவது பெண் பிறக்கும் என்ற அவர் இருவர் ஆசையும் நிறைவேறவில்லை. அப்பொழுது குருதத் பாலி ஹில்லில் நூறாண்டு பழைய ஒரு பங்களாவை விலைக்கு வாங்கினான். அதற்கு ஆயிரக்கணக்கில் செலவு செய்து தன் விருப்பப்படி அதை மாற்றி அலங்கரித்தான். பெரிய வீட்டில் தனியாக இருக்கவேண்டும் என்ற தன் மன விருப்பத்தை நிறைவேற்றிக்கொண்டான். குஜராத் பசு, சையாம் பூனைகள், பல வகையான நாய்கள், பறவைகள், குரங்கு, முயல் இதை எல்லாவற்றுடன் ஒரு புலிக்குட்டி - வீட்டில் வைத்திருந்தான். சிறிய சர்க்கஸ் போல இருந்தது. புலி ஒருமுறை அருணை நக்கியதாம். உடனே அதை அவன் யாருக்கோ கொடுத்துவிட்டான். தன - தானியம், பசு - பட்சிகள், வீடு - பிள்ளைகள், கணவன் - மனைவி இந்த சுகம் பெருமை யாருக்கு வயிற்றெரிச்சலைத் தருமோ அந்த ஆண்டவனுக்கே வெளிச்சம்! கீதா முன்பு எப்படி நல்லவளாக இருந்தாளோ, இப்போது அதுபோலவே துயரத்தில் ஆழ்ந்துபோனாள். தன் நண்பர்களுடன் சேர்ந்துகொண்டு தன் குடும்பத்தையே சேதப்படுத்தினாள். எப்பொழுதும் அவளைச் சுற்றி ஒரு கூட்டம் இருக்கும். பிணத்தைச் சுற்றி இருக்கும் கழுகுகள் போல!

குருதத்திற்கு சங்கீதம் என்றால் மிகவும் விருப்பம். சில தடவை அத்தர்பாயி, சித்தேஷ்வரிதேவி, அலி அக்பர் போன்றவர்களை வீட்டிற்கு அழைத்து இசை விருந்து நடத்துவான். இப்படி ஏதாவது வீட்டில் விழா நடந்தால் மறுநாள் கண்டிப்பாக தகராறு வரும். எப்பொழுதும்போல அம்மா வீட்டிற்குப் போய் பின்னாலேயே இரண்டு பணிப் பெண்களையும் கூட்டிக்கொள்வாள். முடிவில்

குருதத் போய் ஆறுதல் சொல்லி அழைத்து வருவான். அவனுக்கு மனைவி பிள்ளை வீடு என்றால் எந்தத் தன்மானமும் கிடையாது. ஆண் ஆதிக்கம் எல்லாம் ஒடுங்கிவிடும். இத்தனை செய்தாலும் அவன் மனதிற்கு ஒருநாளும் சமாதானம், திருப்தி இருக்காது. தன் துயரத்தை தனகுள்ளேயே போட்டு புதைத்து விடுவான். என்றும் வெளிக் காட்டிக்கொள்ளமாட்டான்.

தனக்குக் கீழே வேலை செய்பவர்களில் யாராவது சுறுசுறுப்பாக இருந்தால் போதும், அவர்களுக்கு தேவையான வாய்ப்பளித்து முன்னேற்றுவான். தான் ஒதுங்கி அவர்களை முன்னுக் கொண்டு வருவான். ராஜ்கோஸ்லாவுக்கு சி.ஐ.டி. படம் செய்ய, பிரமோத் சக்கிரவர்த்தி இரண்டு படங்களுக்கு உதவியாளனாக இருந்ததும் அவனை தனியே படம் இயக்க வாய்ப்பளித்தான். அப்படியே நிரஞ்சன் என்பவனுக்கு 'ராஜா' படம் செய்ய வாய்ப்பளித்தான். இதன் கதை ஒரு ஆங்கில நாவலைத் தழுவியது. சிம்லாவின் பனிக் கட்டிகளை படம் பிடிக்கும் சாகசத்தை முதல்முறையாக செய்தவன் குருதத். அந்த பெரியமனிதன் குருதத்துடன் ஏழு ஆண்டுகள் வேலை செய்திருந்தாலும் அவன் இயக்குவது இவனுக்கு ஒத்துப்போகவில்லை. படம் பாதி முடிந்திருந்தது. அத்தோடு அதை முடித்துக்கொண்டான். இலட்சக் கணக்கில் பணத்தைப் போட்டது வீணானது. இதற்குப் பிறகு வங்கப் படம் ஒன்றை தயாரிக்க வேண்டும் என்று மிகவும் விருப்பினான். 'கௌரி' என்ற படத்தில் குருதத், கீதா இருவரும் கதாநாயாக, கதாநாயகியாக நடிப்பது என்று முடிவானது. ஒரு சிற்பியின் வாழ்க்கைக் கதை. கல்கத்தாவில் நான்கு மாதம் ஒரு வீட்டை வாடகைக்கு எடுத்து, வங்காளிகளின் பழக்க வழக்கங்களை கற்றுத் தெரிந்துகொண்டு படத்தைத் தொடங்கினான். சில ரீல்கள் ஆனவுடன் கீதா நடிக்கமாட்டேன் என்றாள். குருதத்தின் உற்சாகம் மண்ணானது. இதில் பல ஆயிரம் நட்டம் ஏற்பட்டது. இந்த தாக்கத்தை தாங்கமுடியாமல் குருதத் ஒரு வாரம் எங்கே மறைந்திருந்தானோ தெரியவில்லை. அவனை இழந்துவிட்டேன் என்று நான் நினைத்தேன். எப்பொழுது என் மகன் வீடு திரும்பி வருவானோ என்று காத்திருந்தேன். அவன் முகம் காணாமல் தவித்துப்போனேன். அவன் வீடு வந்து சேர்ந்தால் போதும் என்று இருந்தேன்.

ஒருபக்கம் குருதத்தின் பெயரும் புகழும் வளர, மறுபக்கம் கீதாவின் பெயர் புகழ் கீழே இறங்கியது. எல்லோரும் குருதத் அவளைப் பாட விடுவதில்லை என்று தூற்றினார்கள். உண்மை

என்ன என்று எங்களுக்குத் தெரியும். அவள் கெட்ட பழக்க வழக்கங்களுக்கு ஆளாகி, தன் கால் மேல் தானே கோடாலியைப் போட்டுக்கொண்டாள். குருதத் படத்தில் அவள் பாடிய பாட்டுக்கள் நன்றாக இருந்தாலும், வெளி இடங்களில் அதிகமாகக் குடித்து, அவளால் முதலில் பாடியதுபோல பாட முடியவில்லை. ஆண்டவன் கொடுத்த அவளுடைய இனிமையான குரல் வீணானது. அவள் உறவினர்களும் அவளை விட்டு விலகத் தொடங்கினார்கள். உலகமே அப்படித்தானே? இத்தனை ஆண்டுகள் உழைத்து தன்னைக் காப்பாற்றியவளின் கஷ்ட காலத்தில் அவளைச் சார்ந்தவர்களே எதிரியானார்கள். அவளும் யார் பேச்சையும் கேட்கவில்லை.

அவளுடைய தான்தோன்றித்தனத்திற்கு இது ஒரு சாக்கானது. வகிதா வந்ததும் ஒரு சாக்கு. குருதத் - வகிதாவைப் பற்றி கீதாவே பலவகையான புரளியைக் கிளப்பினாள். சினிமாத் துறையில் இதுபோன்ற புரளிகளுக்கு போதுமான அளவு வாய்ப்பிருக்கும். அதில் இயல்பாகவே கீதா சந்தேகப் பிராணி. பிறகு கேட்கவேண்டுமா? தான் மனைவியைப்போல நடந்து கொள்ளாவிட்டாலும், குருதத்தின் பெயரைக் கெடுத்து, மக்கள் கண்முன் அவனை இழிவாகக் காட்ட அவள் பிடிவாதமாக இருந்தாள். வகீதாவின் காண்ட்ராக்ட் முடிந்ததும் அவளைத் திரும்பவும் தன் சினிமாவில் சேர்த்துக்கொள்ளக் கூடாது என்று பிடிவாதம் பிடித்தாள். குருதத்திற்கோ நல்ல புரிதலுடன் ஒன்றாகச் சேர்ந்த குழுவைக் கலைக்க வேண்டாம் என்ற எண்ணம். முடிவில் வகீதாவை திரும்பவும் தன் படத்தில் நடிக்க வைக்கவில்லை. அவள் அதிரிஷ்டம் நன்றாக இருந்தது. வெளியேறிய பிறகு ஒன்றுக்கு மேல் ஒன்றாக நல்ல காண்ட்ராக்ட்கள் கிடைத்தன. அவள் நடிப்பும் பாராட்டு பெற்றது. அதனால் அவள் வெற்றியடைந்தாள்.

‘கௌரி’ மற்றும் ‘ராஜா’ படத்தில் குருதத்திற்கு ஏகப்பட்ட நட்டம். நல்ல அடி. வீட்டு நிலைமை வேறு இப்படி. அவனுக்கு மனநிலை எப்படி சரியாக இருக்க முடியும்? மதராசில் இருந்து படங்களில் நடிக்க வாய்ப்புகள் வந்துகொண்டிருந்தன. ஆனால் அதுவரை அவன் அதை ஏற்கவில்லை. இப்பொழுது வேறு வழியில்லாமல் மதராசின் சில இந்திப் படங்களில் கதாநாயகனாக நடிக்க சம்மதிக்கவேண்டி இருந்தது. அப்பொழுது ‘சௌதவி கா சாந்த்’ என்ற படத்தைத் தொடங்கினான். முன்பு தான் கையை சுட்டுக்கொண்டதால் அதை இயக்க அடுத்தவரிடம்

கொடுத்தான். அது வெற்றியடையவேண்டும் என்று அதிக பாட்டுகளையும நாட்டியங்களையும் சேர்த்தான். அவன் எண்ணப்படி அதில் கலை குறைவாகவும், விலை அதிகமாகவும் இருந்தது. மக்களுக்காக செய்தது. மக்கள் பாராட்டினார்கள். குருதத்திற்கு அது பிடிக்கவில்லை. ஆனாலும் அது குருதத்தை தூக்கிவிட்டது. ஸ்டூடியோவில் வேலை செய்தவர்களுக்கு எல்லாம் போனஸ் கொடுத்தான். தம்பி விஜயையும், மகன் தருணையும் டார்ஜிலிங்குக்கு அனுப்பிவைத்தான். பிறகு அவர்களை வெளிநாட்டிற்கும் அனுப்பும் எண்ணம் அவனுக்கு இருந்தது. தான் ஒன்று நினைக்க தெய்வம் மற்றொன்று நினைக்கும். அவன் அப்படி ஆசைப்பட்டு போட்ட திட்டங்கள் எதுவும் நிறைவேறவில்லை. இவ்வளவு நிராசைகள், அடிகளையும் வாங்கிக்கொண்ட மனதுடன் அவன் எப்படி திரை மேல் சமநிலையில் கதாநாயகனாக சினிமாவில் நடித்தானோ அந்த ஆண்டவனுக்குத் தான் தெரியும்! பெரியவர்களின் ஆசி, சாதுக்களின் கருணை, தன் மனோதிடம், பொறுமை அவனைக் காப்பாற்றி இருக்கலாம். சினிமாத் துறை என்பது ஒரு வியாபாரம். அதற்கு வியாபார நோக்கம் தேவை. அது ஒரு மாயவலை. ஒருமுறை அதில் சிக்கிக்கொண்டால் விடுபட்டு வெளியே வருவது சாத்தியமில்லை. 'சௌதவி கா சாந்த்' க்கு முன் 'காகஜ் கே பூல்' என்ற படத்தை தானே எழுதி தானே இயக்கியும் இருந்தான். குருதத்தின் சினிமா அனுபவமே இந்தப் படத்தின் கதைக் கருவாக இருந்தது. இந்திய சினிமாவிலேயே முதல் முறையாக சினிமாஸ்கோப்பில் படம் எடுக்கத் துணிந்தவன் குருதத். அந்தப் படத்தை இப்பொழுது மக்கள் மிகவும் பாராட்டினாலும், அப்பொழுது அது சரியாக ஓடவில்லை. இதனால் அடுத்த படங்களை மற்றவர்களை இயக்கச் சொன்னான். மற்றவர்களுக்கும் வாய்ப்பளித்து அவர்களும் முன்னேறவேண்டும் என்ற விருப்பமும் இருந்தது. இனி தன் பெயரை பின்னால் தள்ளி விடவேண்டும் என்ற சாத்வீகத் துயரமும் காரணமாக இருக்கலாம். அது எதுவாகவே இருந்தாலும், தன்னைத் தானே பலி கொடுத்துக் கொண்டான்!

இதற்குப் பிறகு திரும்பவும் வங்காளப் படம் தயாரிக்கவேண்டுமென்ற விருப்பம் ஏற்பட்டு திரு விட்டலமித்ரா என்பவரின் 'மிதுன லக்னம்' என்ற கதையைத் தேர்ந்தெடுத்தான். (அந்தப் புத்தகத்தை நான் கன்னடத்திற்கு மொழிபெயர்த்ததை காவ்யாலயா பிரகாஷணம் வெளியிட்டிருக்கிறார்கள்) இதற்காக தந்த்ரா பர்மன் என்பவளை வரவழைத்து மூன்று ரீல்கள் படம்பிடித்து அத்துடன் நிறுத்திவிட்டான். காரணம் தந்த்ரா பர்மன் மிகவும்

சிரமம் கொடுத்தாள் என்று. இப்படி பல படங்களை தொடங்கி, முழுமையாக்காமல் நிறுத்தியது கணக்கில்லை. அதுபோலவே பல கதைகளின் உரிமையை பணம் கொடுத்து வாங்கி, காண்ட்ராக்டில் கையொப்பமிட்டு, பாதியிலேயே விட்டுவிட்ட ஆவணங்கள் பல மூலையில் கிடக்கின்றன. குருதத் மிகவும் சூட்சுமமானவன் மற்றும் தன் மனதிற்கு தோன்றுவதை மட்டுமே செய்பவன் ஆனதால் வேலையில் சிறிய ஏற்றக் குறைச்சல்கள் இருந்தாலும் அவன் பொறுத்துக் கொள்ளமாட்டான். அதிகம் என்றால் வீண் செலவானதே, மற்றவர் மனதை புண்படுத்தினேனே என்று வருத்தப்படுவானே தவிர, மனதுக்கு ஏற்காத வேலையை அவன் செய்வது என்றும் சாத்தியமாக இருக்கவில்லை.

இதற்கு இடையே கீதாவுக்கு இரண்டு முறை கருக் கலைந்தது. அவள் உடல்நிலை பாதித்தது. ஒவ்வொரு பிரசவ நேரத்திலும், உடல்நிலை சரியில்லாத நேரத்திலும் நான் அவளுடன் மருத்துவமனையில் இருப்பேன். ஆத்மாராமும் 'குருதத் ஃபிலிம்' ஸை விட்டுவிட்டு 'பர்மா -செல்' கம்பனியில் சேர்ந்தான். அங்கே ஆவணப்படங்களை எடுக்க அவனுக்கு வாய்ப்புக் கிடைத்தது. 1956இல் அவன் மூன்று ஆண்டுகளுக்கு லண்டன் போயிருந்தான்.

ஆத்மாராம் ஆவணப் படங்களில் மிகவும் பிரபலமானான். அப்பொழுது குருதத்திற்கு லண்டனில் விநியோக அலுவலகம் திறக்கும் விருப்பம் ஏற்பட்டது. அந்த நேரத்தில் மாஸ்கோ, லண்டன், ஜெர்மனி போன்ற இடங்களுக்குப் போய்வந்தான். ஆத்மாராமிடம் இருக்கும் நேர்மை, புத்திசாலித்தனம், வேலை செய்யும் உற்சாகம் மற்றும் வழிமுறைகளை பார்த்து, குருதத் அவனை திரும்பவும் வந்து தன் ஸ்டூடியோவில் சேரச் சொன்னான். ஆத்மாராமுக்கு தன் மகள் பெரியவளாகும்வரை லண்டனில் இருக்க விருப்பமில்லை. அவனுடைய இந்த எண்ணமும் லண்டனை விட உதவியாக இருந்தது. 1960இல் ஆத்மாராம் குடும்பத்துடன் லண்டனை விட்டு பம்பாயிக்கு திரும்பி வந்தான். வந்து 'குருதத் ஃபிலிம்' இல் சேர்ந்தான். அந்த ஆண்டு அவன் தம்பி பஞ்சாபிப் பெண்ணுடன் காதல் திருமணம் செய்துகொண்டான். அதே ஆண்டில் குருதத்தின் அப்பாவும் எதிர்பாராமல் இறந்து போனார்.

நான் 1956இல் என் அம்மாவுடன் எங்கள் மாதுங்கா வீட்டில் வசித்து வந்தோம். என் அம்மாவுக்கு காது கேட்காது. கண்ணும் தெரியாது. நினைவும் மிகக் குறைவு. மாதுங்கா வீட்டில் இருந்து பழக்கமானதால் அவர் தன் வேலைகளைத்தானே செய்துகொள்வார். குருதத் மிக

விரும்பினாலும் அவனுடன் இருக்க முடியவில்லை. "அம்மா, என் பிள்ளைகளுக்கு நீ என்றால் உயிர். உன்னை விட்டு இருக்க முடியாது என்கிறார்கள். நீ எங்களுடன் இருந்துவிடு. இங்கே முடியாவிட்டால் உனக்காக வேண்டுமென்றால் வேறொரு பங்களாவை என் வீட்டிற்கு அருகிலேயே கட்டித்தருகிறேன்" என்று குருதத் மிக வற்புறுத்தினாலும் நான் அவன் மனதை நோகச் செய்யவேண்டியதானது. ஆனால் அவன் வீட்டில் சண்டை நடந்தால், யாருக்காவது உடல்நிலை சரியில்லை என்றால், கீதாவின் பிரசவம் என்றால் நான் போய் இருந்து, எல்லாம் பார்த்துக் கொள்வேன். எனக்கும் குருதத்தை விட்டிருக்க வருத்தமாக இருந்தது. ஆனால் வயதான என் அம்மாவை எப்படி விட்டு வருவது? இவை யாவும் முடியாத காரணத்தால் நான் அவனிடம் போகவில்லை என்பது உண்மை. ஆனால் எதிர்காலம் போடும் திட்டங்கள் எங்களுக்கு தெரிவதாவது எப்படி? அவனுக்கு நெருங்கியவர்களாக இருந்தும் எங்கள் யாருக்கும் அவன் மனதுக்குள்ளேயே புழுங்குவதை அறிந்துகொள்ளவே முடியவில்லை; அவனுக்கு அருகிலேயே இருந்து அவனுக்கு மனத் துணிவை கொடுக்க எங்களால் முடியவில்லை.

1962இல் 'சாஹிப் பீபி அவுர் குலாம்' படத்தை தயாரிக்கும் எண்ணம் அவனுக்கு வந்தது. இது திரு விமலமித்ராவின் கதை. கடினமான விஷயம். பழங்காலத்து ஜமீந்தார்களைப் பற்றியக் கதை. ஒருமுறை மனதில் தோன்றினால் விடுவானா? கல்கத்தாவில் வீடு பார்த்து, பழங்காலத்து ஜமீன்தார் வீட்டைத் தேடி கண்டுபிடித்து, வஹிதா மற்றும் மீனாகுமாரி, ரஹ்மான் மற்றும் தானே கதாநாயகனாக அந்தப் படத்தை தயாரித்தான். இயக்குவதற்கு தன் நெருங்கிய நண்பரான அப்ரார் அல்வியைத் தேர்ந்தெடுத்தான். அப்ரார் குருதத்தின் பல படங்களுக்கு உரையாடல் எழுதியிருக்கிறார். மிகப் பெரிய மேதாவி, ஆனால் படத்தை இயக்குவது இதுதான் முதல் முறை. அவர் பின்னால் நின்று முழுப்படத்தையும் குருதத் இயக்கி, அப்ரார் பெயரை மட்டும் போட்டது எல்லோருக்கும் தெரிந்த சங்கதி. அந்தப் படம் அப்பொழுது ஓடவில்லை. ஆனால் இப்பொழுது அந்தப் படத்தைப் பார்க்க மக்கள் கூட்டமாக வருகிறார்கள்.

இந்தப் பக்கம் வீட்டு நிலைமை மிக மோசமாக இருந்தது. 1961இல் குருதத்தின் அப்பா இறந்த பிறகு வீட்டில் கேட்பார் யாரும் இல்லை. கீதாவோ பகல் இரவு போதையில் இருப்பாள். வீட்டு ஆட்கள்

குருதத் முன்னால் பணிவாக இருந்தாலும் அவனுக்குப் பின்னால் வீட்டு எஜமானியின் கை பொம்மைகளாக நடந்துகொண்டார்கள். அவள் அவர்களுக்குத் தேவையான பணத்தைக் கொடுத்து அவளுக்கு சாதகமாக வைத்துக் கொண்டிருந்தாள்.

1961இல் அக்டோபர் மாதம் விஜயனுக்கு உடல்நிலை மிகவும் சரியில்லாமல் இங்கே வந்தான். அவனுக்கு 'அப்பண்டிஸைட்டிஸ்' அறுவை சிகிச்சை செய்ய வேண்டியதானது. அந்தத் தருணத்தில் கீதாவைக் காணவில்லை. எப்படியோ சில நாட்களுக்குப் பிறகு தானாக திரும்பி வந்து வீடு சேர்ந்தாள். அந்த நேரத்தில் சொல்ல முடியாத, சொல்ல சாத்தியப்படாத பல விஷயங்கள் எங்களுக்கு நடந்தது. தருணை 'பிளாக்மெயில்' செய்யும் செய்தியைக் கேட்டு குருதத் அவனை டார்ஜாலிங்கில் இருந்து வரவழைத்தான். அப்பொழுதும் கீதா அம்மா வீட்டில் இருந்தாள். தருணுக்காக இருவருக்கும் தகராறு நடந்தது. முடிவில் தருணை பறித்துக்கொண்டு கீதா போய்விட்டாள். அந்தப் பெரிய வீட்டில் நான் தனியாக இருக்கவேண்டியதானது. அப்பொழுது துணைக்கு என் அண்ணியை இருக்க வேண்டினேன்.

அந்த இரவு குருதத்தின் மனநிலை என்னவாகி இருந்ததோ ஆண்டவனுக்குத்தான் தெரியும். தருண் என்றால் அவனுக்கு உயிர். இதற்கு முன்பு குருதத் 'விவாகரத்து' செய்துகொள்ளும் எண்ணத்தில் இருக்கிறான் என்று சிலர் சொன்னார்கள். கீதா திருமண விவாகரத்து ஒப்பந்தப் பத்திரத்தில் கையொப்பமிட மறுத்ததாக தெரியவந்தது. அதுமட்டுமல்லாமல் பிள்ளைகள் அவளிடம் போய்விடுவார்கள் என்ற கவலையிலும், தாங்கள் இருவரும் புகழ்பெற்ற கலைஞர்கள் ஆனதால் அவமானம் ஏற்படும் என்றும் குருத்தத் வருந்தினான். திருமணம் செய்துகொள்ளும் போதும் அவன் பதிவுத் திருமணம் செய்துகொள்ள சம்மதிக்கவில்லை. இந்து மத சடங்கு முறைப்படி, சாஸ்திர சம்பிரதாயங்களுடன் மக்கள் முன் செய்துகொள்வேன் என்று பிடிவாதமாக இருந்தான். இந்த விவாகரத்து போன்ற நவீன செயல்பாடுகளில் அவனுக்கு விருப்பம் கிடையாது. சினிமாத் துறையில் இருப்பவர்களின் விருந்துகளுக்கு தேவைப்பட்டால் மட்டுமே போவான். கிளப், குதிரைப் பந்தயம் போன்றவற்றுக்கு அவன் போகமாட்டான். ஒரு ஆர்வத்திற்காக ஓரிருமுறை போய் விளையாண்டிருக்கிறான். சாதி வேற்றுமை, மத வேற்றுமை அவனிடம் கிடையாது. பரம்பரையாக வந்த மூடநம்பிக்கைகளையும் அவன் கண்டுகொள்வதில்லை. பகவத்

கீதை, குரான், பைபிள் படிப்பான். ஆனால் கோயில், குளம், மடம் - மசூதிகளுக்குக்குப் போகமாட்டான். கீதையில் சொல்லியதுபோல கர்மத்திற்கான பலனை எதிர்பாராமல் வேலை செய்தான். வாழ்க்கையில் ஒரு நொடியைக்கூட வீணடிக்காமல் வேலை செய்தான். வீடு - ஸ்டூடியோ, ஸ்டூடியோ - வீடு இதைத் தவிர எங்கேயும் அதிகம் போகமாட்டான். நேரம் கிடைக்கும் பொழுது பிள்ளைகளுடன் விளையாடுவது, சமைப்பது, அடுத்தவருக்கு உணவளிப்பது, படிப்பது இதுதான் அவன் பொழுதுபோக்கும் வழிகள். அவன் நூலகம் ஆங்கிலம், வங்கம், இந்தி, மராட்டி, சம்ஸ்கிரிதம், உருது புத்தகங்களால் நிறைந்திருக்கும். கடைசி மூச்சிருக்கும்வரை கூட கட்டிலின் மீது அவன் பாதி படித்துவைத்த புத்தகம் திறந்து கிடந்தது.

சிறு வயதிலிருந்து எல்லா விஷயங்களிலும் சோதனை செய்யும் விருப்பம் அவனிடம் தெரிந்தது. எப்படி ஆங்கிலப் படங்களில் இரண்டு மூன்று சிறு கதைகளை படம் எடுக்கிறார்களோ அதுபோலவே தானும் செய்யவேண்டும் என்ற விருப்பம் அவனுக்கு இருந்தது. ஆனால் அந்த விருப்பம் மட்டும் நிறைவேறவில்லை.

1961 அக்டோபர் தருணை அம்மா கீதா அழைத்துக் கொண்டுபோன மறுநாள் விடிந்ததும் தேநீர் அருந்தும்போது "அம்மா, ஸ்டூடியோவில் நல்ல மதராஸ் படம் ஒன்றை திரையிடுகிறார்கள் நீங்களும் மாமியும் போகிறீர்களா?" என்று கேட்டான். "பார்க்கலாம்" என்று நாங்கள் சொன்னோம். பிறகு போய் படுத்துக்கொண்டான். அன்று சனிக்கிழமை. அலுவலக அக்கௌண்டண்ட் குருதத்தின் கையொப்பம் வாங்க வந்திருந்தார். அப்பொழுது ஒரு மணி சுமார். இன்னும் வங்கி மூடி இருக்கமாட்டார்கள் என்று சொல்லி அவர் போனார். விஜயனும் அப்பொழுது அங்கே இருந்தான். குருதத் எழுந்து எதையோ எழுதத் தொடங்கினான். விஜயன் அதைப் பார்த்தான். விஜயனிடம் "உனக்கு இந்த அறையில் என்ன வேலை? வெளியே போ" என்றானாம். அவன் தன் நண்பன் வீட்டிற்குப் போய்விட்டான். சுமார் இரண்டு மணி இருக்கும் குருதத் அறையிலிருந்து "கொர் கொர்" என்று சத்தம் வந்தது. அமைதியான அந்த வீட்டில் அந்த சத்தத்தைக் கேட்டு மனம் கலங்கியது. அந்த அறைக்குப் போய் பார்த்தால் அவன் திறந்த வாயிலிருந்து வரும் சத்தம். இமைகள் திறந்து, கண்கள் சொருகியிருந்த காட்சிக்கு நான் பயந்து ஆட்களை அழைத்தேன். "எதையோ தின்றிருக்கவேண்டும்" என்றான் டிரைவர். உடனே

அலுவலகத்திற்கு ஃபோன் செய்தேன். அதற்குள் விஜயனும் திரும்பி வந்தான். அவன் கூர்மையான அறிவுக்கு என்ன தோன்றியதோ, தலையணைக்குக் கீழே கையை நுழைத்துப் பார்த்தால், தன் தம்பி ஆத்மாராமுக்கு எழுதிய கடிதம்! “ஆத்மா, எனக்கு வாழ்க்கை வெறுத்துவிட்டது. என் சாவுக்கு நான்தான் பொறுப்பு. என் பிள்ளைகளைக் காப்பாற்று. எல்லா பாரமும் உன்மேல்” என்று எழுதி கையொப்பமிட்டிருந்தான். அலுவலகத்திலிருந்து எல்லோரும் வந்தார்கள். எந்த நர்சிங் ஹோமிலும் இதுபோன்ற கேஸ்களை எடுத்துக் கொள்ளமாட்டார்கள். கடைசியாக ‘நானாவடி’ மருத்துவமனைக்கு சிறப்பு அறையில் குருதத்தை தூக்கிக்கொண்டு போய் போட்டார்கள். மூன்று நாட்களுக்கு அவன் உயிர் ஊசலாடிக்கொண்டிருந்தது. என் மருமகன், என் அண்ணன் மகன் (டாக்டர்) குருதத் அருகிலேயே சாப்பாடு, தூக்கத்தை விட்டு காவலுக்கு இருந்தார்கள். பிறகு ஏதேதோ சிகிச்சைகள் அளித்து குருதத்திற்கு நினைவு திரும்பியது. ஆனால் சில நாட்களுக்கு அவன் நிலைமை மோசமாக இருந்தது. பதினைந்து நாட்கள் மருத்துவமனையில் இருந்து வீடு திரும்பினான். பகல் இரவு அவனை கவனித்துக்கொள்ள ஒரு செவிலியை ஏற்பாடு செய்தோம். மனநல மருத்துவரை வரவழைத்தோம். ஏதாவது மனநிலை சரியில்லாமல் போகலாம் என்ற பயம் வாட்டியது. கீதா அம்மா வீட்டிலிருந்து தினம் இரண்டுமுறை வந்து அன்னியள் போல உட்கார்ந்து போவாள். எப்படியோ முழுமையாக குணமடைய ஒன்றரை மாதங்களானது. டாக்டர் இடம் மாறி சில நாட்கள் இருக்கச் சொன்னார். கீதா இந்த வீட்டிற்கு வந்தாள். கணவன், மனைவி, பிள்ளைகள் சேர்ந்து காஷ்மீர் போனார்கள். அந்தத் தட்பவெட்ப நிலைக்கு குருதத் முழுமையாகக் குணமடைந்தான். இதற்குப் பிறகு 1962இல் நீனா பிறந்தாள். ‘அப்பாடா, தலைக்கு வந்தது, தலைப் பாகையோடு போய்விட்டது’ என்று ஆறுதல் அடைந்தேன்.

குருதத் சில விஷயங்களில் பயந்தாங்கொள்ளியாகவும், மனதுக்குத் தோன்றும் எதையாவது செய்துவிடுபவனுமாக இருந்தான். கணவன் - மனைவி அன்னியோன்னியமாக இருந்தபொழுது மனைவி “பாலிஹில் வீட்டை இடித்து, ஏழெட்டு மாடி பிளாட் கட்டி வாடகைக்கு விட்டால் கைநிறையப் பணம் வரும்” என்று சொல்லி இருந்தாள். ஓரிரு நாட்களிலேயே இலட்சக் கணக்கில் செலவு செய்து மராமத்துப் பார்த்து அலங்காரங்கள் செய்த பாலிஹில் பங்களாவை இடித்தார்கள். அது எவ்வளவு நேரம்? இதை எல்லாம் பார்க்கும்பொழுது குருதத்தின் வாழ்க்கையின்

அறிகுறியாகவே நடந்திருக்க வேண்டும் என்று தோன்றியது எனக்கு. காஷ்மீரில் இருந்து புதுவகையான ஓடுகளை தருவித்து, புதிதாகக் கட்டிய தன் இரு அறைகளுக்குப் போட்டான். அங்கே இருந்து படகொன்றை வாங்கி வந்து 'பப்பாயி லேக்' இல் மீன் பிடிக்க ஏற்பாடு செய்தான். எல்லாம் பலூனைப்போல பட் என்று வெடித்துவிட்டது. அங்கே போகாமல் நாங்கள் 'அஷீஷா' என்ற பங்களாவுக்குப் போனோம். பாலிஹில் வீடு இடிந்து கிடந்தது. சில நாட்களிலேயே இருந்த வீடும் முறிந்தது. குருதத்திற்கு பெண் பிறந்தது என்னமோ உண்மை. அது பிறந்த நேரம் வீட்டில் கலகம் அதிகமானது. 'அஷீஷா' வீட்டை விட்டு வேறு வீட்டிற்கு வாடகைக்குப் போனார்கள். குருதத் தனக்கு அதிகக் குழந்தைகள் வேண்டாம் என்று அறுவை சிகிச்சையும் செய்துகொண்டான். தருண் அருண் பியாகால பள்ளிக்குப் போனார்கள். கீதாவின் தங்கையை 'பாஹரே பிர் பி ஆயேங்கே' படத்தில் நடிக்க வைக்கவேண்டும் என்று அவளை வீட்டில் வைத்துக் கொண்டே அவளுக்கு பயிற்சி அளித்தார்கள். அந்தப் பெண்ணின் நடிப்பு குருதத்திற்குப் பிடிக்கவில்லை. விமலமித்ராவின் 'குல்மொகர்' என்ற கதையை படமாக்க இருந்தான். முடிவில் அந்தப் படத்தை கல்கத்தாவில் வங்க மொழியில் வேறு ஒருவர் தயாரித்தார். அந்தப் பெண் அதில் கதாநாயகியானாள். ஆனால் அந்தப் படம் ஓடாமல், அவள் தொடர்ந்து படங்களில் நடிப்பது நின்றது.

மெல்லிசை இசையமைப்பாளர் சி.எச். ஆத்மாவின் மனைவி மகனுடன் வந்து குருதத்துடன் தங்கினாள். அவளுடைய தாய் - தந்தையார் ஆப்பிரிக்காவில் இருந்தார்கள். அவளுடைய சகவாசத்தால் கீதா மேலும் தான்தோன்றியானாள். ஒருமுறை தருண் புரியாத நோயால் அவதிப்பட்டான். அவன் பிழைப்பானோ இல்லையோ என்ற நிலைமையில் இருந்தான். அந்த நேரத்தில் கீதா லண்டன் போனாள். நான் எப்பொழுதும்போல பிள்ளையுடன் மருத்துவமனையில் இருந்தேன். குருதத் மதராஸ் படம் ஒன்றில் அப்பொழுது நடித்துக் கொண்டிருந்ததால் வந்து போய்க்கொண்டிருந்தான். தருணனின் நோயின் போது நான் அவனை மதராசுக்கு போகவிடவில்லை. அவனும் போகவில்லை. ஆண்டவன் அருளால் தருண் அந்த நோயிலிருந்து உயிர் பிழைத்து நலமடைந்தான். 1963 ஆகஸ்ட் மாதம் நீனாவின் முதல் பிறந்த நாள் ஆண்டு விழா. கீதா லண்டனுக்குப் போயிருந்தவள் திரும்பவில்லை. குருதத்திற்கு நீனாவின் பிறந்த நாளைக் கொண்டாட அவசரம்.

எல்லா உறவினர்களையும் அழைத்து மிக ஆடம்பரமாகவே பிறந்தநாள் விழா நடந்தது. அதற்கு மறுநாள் கீதா வந்தாள்.

அப்பொழுது கீதா வங்கப் படத்தில் கதாநாயகியாக நடிக்க வேலையை ஒத்துக்கொண்டாள். அதற்காக கல்கத்தாவிற்கு அடிக்கடி போய்வரவேண்டி இருந்தது. இப்பொழுது கணவன் - மனைவிக்கு இடையே பேச்சு வார்த்தைகளும் கிடையாது. குருதத் பெத்தார் தெருவில் ஒரு வீட்டை வாங்கி அங்கே இருப்பதாக எனக்கு செய்தி வந்தது. அவனையே இதைப்பற்றி கேட்போம் என்றால் எனக்கு துணிவு போதவில்லை. மறைக்காமல் என்னுடன் பேசும் குருதத்தின் சலுகை இப்போது இல்லை. நாங்கள் இருவரும் அம்மா பிள்ளை என்பது தற்போது மறைந்துகொண்டே போனது. நான் எதையாவது அவனுக்குத் தெரிவிக்க வேண்டும் என்றால் கடிதம் மூலமாக அவன் அலுவலகத்திற்குத் தெரிவிக்க வேண்டும். அவனும் என் வீட்டு விலாசத்திற்குக் கடிதம் எழுதி தெரிவிக்க வேண்டும். அப்படி இருந்தாலும் என் தேவைகளை நிறைவு செய்ய அவன் என்று மறந்ததில்லை. அவனுடைய முதல் சலுகை, 'அம்மா' என்று அன்புடன் அழைக்கும் குரல் எனக்கு இப்பொழுது கேட்பதில்லை. அவனுடைய 'நலனை' நான் மற்றவர்கள் வழியாகத் தெரிந்து கொள்ளவேண்டி இருந்தது. இதுதான் என் மனதிற்கு மிகவும் துயரத்தை ஏற்படுத்தியது. அவன் வாழ்க்கையே மிகவும் சிக்கலாக இருந்தது. எப்பொழுதும் அவன் விஷயத்தில் பயம், கவலை, எந்த நேரத்தில் என்ன நடக்குமோ என்ற ஆதங்கம் என்னை விடாமல் வாட்டியது; என்னை வேட்டையாடுவதுபோல இருந்தது. நேரம் கிடைக்கும் பொழுது நான் அவனைப் பார்க்கப் போனாலும் நான் வசித்துக் கொண்டிருந்தது மாதுங்கா வீட்டில்.

பெத்தார் தெருவுக்கு போன பிறகு கீதாவும் வேறொரு வீட்டிற்குப் போனாள். பழைய ஆட்களையும் ஓட்டுனரையும் வேலையிலிருந்து விலக்கிவிட்டு, புதிய ஆட்களை சேர்த்துக்கொண்டான் குருதத். என்னை ஒருமுறை வரச்சொல்லி அழைத்தான். எனக்கு நெஞ்சம் படபடத்தது. போனால் "மாதுங்காவில் இருந்து வெண்ணெய் காய்ச்சிய நெய், இரண்டு வகை ஊறுகாய் செய்து அனுப்பு" என்றான். "என் புதிய சமையல்காரனுக்கு நம் வகை சமையலை கற்றுக்கொடு; அவனுக்கு இந்தியில் எழுதிக்கொடு" என்றான். ரதன் என்பவனை தன் சொந்த வேலைகளை செய்வதற்காக வைத்துக் கொண்டிருந்தான். அந்த வீடு அழகாக இருந்தது. எனக்கோ அங்கேயே அவனுடன் இருக்கவேண்டும் என்று

தோன்றியது. ஆனால் மதராசுக்கு அவன் நடிக்கப் போவதால் நான் தனியாக அங்கே இருக்க அவன் சம்மதிக்கவில்லை. அவன் பிள்ளைகள் அம்மாவிடம் இருந்தார்கள். அவ்வப்போது வந்துபோவார்கள். நீனாவை மட்டும் அவள் அதிகமாக அனுப்பமாட்டாள். குருதத்துக்கோ அந்த பிள்ளை மேல் உயிர். அவளை வேண்டுமென்றே கீதா அனுப்பமாட்டாள். அது ஒருவகை பகை உணர்வாக இருக்கலாம். அவள் வீட்டுச் செலவிற்கும், பிள்ளைகளுக்குத் தேவையானதையும் குருதத் ஏற்பாடுசெய்வான். உறவுகள், பிள்ளைகள் என்று யாரும் இல்லாமல் தனிமையாக அந்த வீட்டில் வசிக்க அவன் மனம் என்ன பாடுபடும் என்பது யாருக்குத் தெரியும்? அவள் வீடு மாறிப் போனதும் குடிப்பது அதிகமானது என்று தெரியவந்தது. நான் பெண். இயலாமையால் எதுவும் செய்யமுடியாமல் இருந்தேன். ஆனால் எல்லோரும் அவனால் கிடைக்கும் எல்லா உதவிகளையும், பயனையும் பெற்றுக்கொண்டு வறண்ட பசுவைப் போல இப்பொழுது அவனைக் கைவிட்டார்கள். யாரும் அவன் மனத் துயரத்தையும், உள்ளேயே எரித்துக்கொண்டிருந்த அவன் வேதனையையும் புரிந்து கொள்ளவில்லை. சேற்றில் சிக்கிய மீனைப்போல தவித்துக்கொண்டிருந்த அவன் குடும்பத்திற்கு ஆறுதல் சொல்லி கைபிடிப்பவர்கள் இருக்கவில்லை. அவனைப் புரிந்துகொள்ளும் முயற்சியையும் எடுக்கவில்லை. பிள்ளைகள் அருகில் வந்தால் ஒட்டிக்கொண்டு மிகவும் அன்பாகப் பேசுவானாம்! பல விளையாட்டுகளை அவர்களுடன் சேர்ந்து விளையாடுவானாம்!

1964 ஜூலை மாதம் குருதத் பிள்ளைகளின் பிறந்த நாளுக்கு ஏதோ காரணங்களால் என்னால் போகமுடியவில்லை. வந்த தன் எல்லா தம்பிகளையும் தங்கைகளையும் கேட்டானாம். மறுநாள் 10ஆம் தேதி பாலிஹில் பூமிபூசை இருந்தது. வீட்டை இடித்து மறுபடியும் வீடு கட்டும் திட்டம் அது. அதற்குப்போகவேண்டும் என்று நான் 9ஆம் தேதி போகவில்லை. குருதத்துக்கு கோபம் வந்திருக்கலாம். எல்லா ஆண்டும் நான் அவன் பிறந்தநாளுக்கு அவனுக்குப் விருப்பமான பலகாரங்களைச் செய்துகொண்டு போவேன். அன்றுதான் போகவில்லை. எதிர்காலத்தை யாரால்தான் அறியமுடியும்?

பூமி பூசைக்கு எல்லோரும் வந்திருந்தார்கள். கீதா பிள்ளைகளுடன் வந்திருந்தாள். ஆனால் பூசையில் குருதத்துடன் உட்காரச் சம்மதிக்கவில்லை. குருதத்துக்கு மிகவும் வருத்தமானது. அப்பொழுது

"அம்மா, நீயாவது என் அருகில் உட்கார்ந்து கொள்வாயா?" என்று கெஞ்சினான். எனக்கென்ன எந்த சங்கோசமும் இல்லாமல் அவன் அருகில் அமர்ந்து, நான், அவன், நீனா சேர்ந்து பூசை செய்தோம். வீட்டைக் கட்டும் பொறுப்பை காண்ட்ராக்டரான அன்றைய மேயர் திரு தாணுகர் ஏற்றுக் கொண்டார். பூசை முடிந்ததும் பல போட்டோக்களை எடுத்தார்கள். அன்று படப்பிடிப்பு இருந்ததால் குருதத் தனக்குப் பிடித்தமான சிகப்புக் காரில் புறப்படும்போது நான் அவன் அருகில் சென்று அவன் முதுகைத் தட்டி, "குருதத் நேற்று உன் பிறந்த நாளுக்கு என்னால் வரமுடியவில்லை. தப்பானது. மன்னித்து விடுவாய்தானே?" என்றேன். எப்பொழுதும்போல குருதத் எதையும் பேசாமல் தன் சிரிப்பை உதிர்த்து காரை ஸ்டார்ட் செய்து புறப்பட்டுவிட்டான். வெகு நேரம் அவன் போன பாதையையே பார்த்துக்கொண்டு நின்றிருந்தேன்; என்னிடமிருந்து விலகி என் மகன் எங்கேயோ தொலைவில் போவதுபோலத் தோன்றியது. அவன் இப்பொழுது செய்த பூசை தன் இடிந்த குடும்பத்தை மறுபடியும் கட்டுவதற்காக என்று எனக்குத் தோன்றியது. இதை எல்லாம் நான் பார்க்கவேண்டும் என்று என் தலையில் எழுதி இருக்கிறதோ என்னமோ? இப்படிப் பல சிந்தனைகளில் நான் மூழ்கி இருக்கும்பொழுது மகள் லலிதா வந்து என் தோள் மேல் கைவைத்து, "அம்மா நீ என் வீட்டிற்கு வருகிறாயா?" என்று அழைத்தாள். என் சிந்தனைகள் அத்துடன் முடிந்தது. நான் "இல்லை, லல்லி, வீட்டுக்குப் போகவேண்டும். வேலை இருக்கிறது" என்று சொல்லிப் புறப்பட்டேன்.

அதற்குப் பிறகு நான் குருதத்தை நீனாவின் இரண்டாம் பிறந்தநாள் விழாவில் கீதா வீட்டில் பார்த்தேன். அவன் தூய வெள்ளைப் பைஜாமா, குர்தா அணிந்துகொண்டு, சிரித்துக்கொண்டே வீட்டுக்குள் வந்தான். இப்பொழுதும் என் கண் முன் அதே உருவம் தெரிகிறது. என்னைப் பார்த்து "அம்மா, எதற்கு இப்படி வந்திருக்கிறாய்?" என்று கேட்டான். நான் என்னவென்று பதில் சொல்வது? "உடல்நிலை சரியில்லை" என்றேன். "யாரிடம் சிகிச்சை எடுத்துக்கொள்கிறாய்" என்று மறுகேள்வியைக் எழுப்பினான். "நம் ஜெயகோபாலிடம் சிகிச்சை" என்றேன். அதற்கு சிரித்துக்கொண்டே "ஆம், ஜெயாவுக்கு இன்னும் தேவையான அனுபவம் கிடையாது. என்னம்மா, நம் ருபெரோ டாக்டர்கிட்டப் போகவேண்டியதுதானே?" என்றான்.

மனைவி தன்னை விட்டுத் தனியாக இருந்தாலும் குருதத் பிள்ளைகளின் பிறந்த நாளுக்காகட்டும், பிள்ளைகளைப் பார்க்க ஆசை ஏற்பட்டாலாகட்டும், கீதாவின் வீட்டுக்குப் போவான். நீனாவின் பிறந்தநாள் விழா முடியும் தருவாயில் இருந்தது. மிகவும் நன்றாக நடந்தது. எனக்கு குருதத்தை கண் நிறையப் பார்த்துப் பேசும் வாய்ப்பு அன்று கிடைத்தது. அதற்குப் பிறகு நாங்கள் அம்மா - மகன் ஒருவரை ஒருவர் நேரில் பார்க்கவே இல்லை. இது ஆகஸ்ட் 16 ஆம் நாளின் பேச்சு.

எப்பொழுதும்போல பதினைந்து நாட்களுக்கு ஒருமுறை ரதன் வந்து, குருதத்திற்குத் தேவையான ஊறுகாயோ, நெய்யோ, சட்னியோ வாங்கிக்கொண்டு போவான்.

வாழ்க்கை மீதான சலிப்பினாலோ வேறு எதற்கோ ஒருமுறை தருண் மற்றும் அருணை அழைத்துக்கொண்டு நகைச்சுவை நடிகர் ஜானிவாக்கருடன் குருதத் காட்டுக்கு வேட்டையாடப் போனான். அப்பொழுது புலியை வேட்டையாடி இருந்தான் என்றும், இறந்துபோன புலியுடன் ஃபோட்டோ எடுத்துக்கொண்டான் என்றும் தெரியவந்தது. பிள்ளைகளை அடிக்கடி வெளியே அழைத்துப் போய் அவர்களுக்குத் தேவையானதை வாங்கிக்கொடுத்து, அவர்களுடன் பம்பரம், கோலிக்குண்டு ஆடுவது, பட்டம் விடுவது, அவர்களை சினிமாவுக்கு அழைத்துப்போய் என தன் மனதை ஆறுதல் படுத்திக்கொள்வான். பலமுறை அம்மா பிள்ளைகளை அப்பாவிடம் அனுப்பி வைக்கமாட்டாள். குருதத்துக்கு அப்பொழுது மிகவும் துயரம் ஏற்படும். விலங்காக மாறும் தன் மனதை ஆறுதல்படுத்திக் கொள்ள அதிகமாகக் குடிப்பான். சில நேரம் தூக்கம் வராமல் அதிக வருத்தமாக இருந்தால் தூக்க மாத்திரைகளை போட்டுக் கொள்வானாம். சில சமயம் தன் காரில் நடு இரவு எங்கேயாவது போய்விடுவானாம். லோனாவாலா அவனுக்கு மிகவும் பிடித்த இடமாக இருந்தது. அங்கே போனாலும் போவான். இங்கே நாங்கள் அவன் எங்கே போனானோ, உயிருக்கு ஏதாவது ஆபத்தை விளைவித்துக்கொண்டானோ என்று நாங்கள் தவித்துக்கொண்டிருப்போம். ஆனால் அவன் மன வேதனையை கொஞ்சமாவது தெரிந்துகொள்ளவாகட்டும், அதில் பங்குபெறவாகட்டும் யாரும் முயற்சி செய்யவில்லை. அதற்குக் காரணங்கள் இல்லாமல் இல்லை. குருதத் இண்ட்ரோவர்ட், தன் இரகசியத்தை என்றும் வெளியே விட்டுக் கொடுக்கமாட்டான். பிறப்பிலிருந்தே அது அவன் இயல்பு. தூக்கி வளர்த்த என்னிடம்

மட்டும் எதையும் மறைக்கமாட்டான். எதைச் செய்தாலும் என் கருத்தைக் கேட்பான். நாங்கள் இருவரும் அம்மா மகனைவிடவும் அதிகமாக நட்பாக இருந்தோம். இவை எல்லாம் அவன் சினிமாத் தொழிலில் ஈடுபடுவதற்கு முன்பு இருந்தது. அதில் இறங்கிய பின் மெல்ல என்னிடமிருந்து விலகிச் சென்றான். என் மற்ற உலக விருப்பங்களை அவன் நிறைவேற்றாமல் இருந்ததில்லை. தான் இயக்குனனான பிறகு "அம்மா, இத்தனை ஆண்டு நீ உழைத்து பலவகையான சிரமங்களுக்கு ஆளாகியிருக்கிறாய். வறுமையின் விளிம்பிற்கே போய் நொந்துபோயிருக்கிறாய். இனி போதும். ஓய்வெடுத்துக்கொள்" என்று சொல்லி என்னை பள்ளி வேலைக்குப் போகவிடவில்லை. அவனுடைய அந்தரங்கத் துயரம், மனக் குழப்பம் கண்ணுக்குத் தெரிந்தாலும் குருடியைப்போல நான் கண்மூடிக்கொண்டு இருக்க வேண்டியதானதே என்று வருந்தினேன். எனக்கும் என் குடும்பத்திற்கும் ஆதரவாக இருந்த குருதத்துடன் கடைசிக் கட்டத்தில் எனக்கும் முகம் கொடுத்துப் பேசும் துணிவு குறைந்துபோனது. அவன் குடும்ப விஷயத்தில் நான் எப்படி மூக்கை நுழைக்க முடியும்? கணவன் - மனைவிக்கு இடையே தகராறு இருக்கும் பொழுது, அவர்களுடைய அன்னியோன்னியத்தைப் பார்க்கும் போது வியப்பாக இருக்கும். அப்பொழுது அவள் 'இது இரவல்ல, பகல்' என்றால், 'ஆம், இது பகல்' என்பான். அப்படி அவளுக்கு வசப்பட்டிருப்பான். இப்படி இருக்க அவர்கள் இருவருக்கும் இடையே சண்டை வந்தால் நான் எப்படி சமாதானப்படுத்த முடியும்? ஒருநாள் இல்லை ஒருநாள் இருவரும் சேர்ந்துவிடுவார்கள், தங்கள் குடும்ப ரதத்தை முன் நடத்துவார்கள் என்ற குருட்டு நம்பிக்கை என்னிடம் தங்கிவிட்டது. அதற்காக பூசை - புனஸ்காரம், மந்திரம் - தந்திரம் ஒன்றா இரண்டா எத்தனை செலவு செய்திருப்பேன் என்பது எனக்கு மட்டுமே தெரியும். ஆனாலும் வருபவர்கள் எல்லாம் அவனுக்கு நெருங்கியவர் யாரோ அவனுக்கு சூனியம் வைத்துவிட்டதாகச் சொல்வார்கள். ஆனால் பாவம் அவர்களுக்கு என்ன தெரியும்? வயிற்றெரிச்சலுக்கு மருந்துண்டா? கைபிடித்த மனைவியே பகையாளியாக நின்றால் யார் என்ன செய்ய முடியும்? அவனுக்குக் கிடைக்கும் புகழ் பாராட்டுகளை சகிக்க முடியாமல், அவன் பெயரைக் கெடுத்து, அவன் படங்களில் பாடுபவர்களை அவனுக்கு எதிராக நிறுத்தி, அவனை நாசப்படுத்திக் கொண்டிருக்கும் பொழுது மற்றவர்கள் வயிற்றெரிச்சல் படுவதில் வியப்பென்ன இருக்கிறது?

அக்டோபர் முதல் வாரம் கீதா கல்கத்தாவிற்குப் பாடப் போனாளாம். அங்கே போனபிறகு அதிகமாகக் குடித்து கண்டபடி பாடி, தகராறு வந்து அவளை அவமானப்படுத்தினார்களாம். அதற்குப் பிறகு ஒரு வாரம் அவள் காணாமல் போனதால், அவள் அண்ணன் குருதத்திடம் வந்து எப்படியாவது அவள் இருக்கும் இடத்தைக் கண்டுபிடித்து, அவளை அழைத்து வரவேண்டும் என்று அழுது கெஞ்சினானாம். குருதத்தும் பல இடங்களுக்கு அவன் ஆட்களை அனுப்பி, அவளைத் தேடி வீட்டிற்கு அழைத்துவர படாதபாடுபட்டான். குருதத்தின் மனக் கவலை, துயரம் இது போன்ற நிகழ்வுகளால் ஏற்படுவதை விடவும் அதிகமாக, நடந்துபோன இப்படிப்பட்ட நிகழ்வுகளை இரகசியாமாக வைத்துக்கொள்வதினால் ஏற்படும். இதை எல்லாம் அந்த மகராசன் எப்படி பொறுத்துக்கொண்டானோ!

அக்டோபர் 10 அன்று லலிதாவின் வீட்டில் அப்துல் அலி ஜாஃபரின் சிதார் கச்சேரி நிகழ்வு இருந்தது. பலருக்கு அழைப்பு இருந்தது. வந்தவர்களுக்கு எல்லாம் விருந்தும் இருந்தது. அன்று அவள் மகனின் இரண்டாம் பிறந்தநாள் விழா. குருதத் தான் அன்று சாப்பிட வரமாட்டேன்; மற்றொரு நாள் தனியாக வந்து உணவருந்துகிறேன் என்று சொல்லி அனுப்பினானாம். மக்கள் கூட்டம், சத்தம் என்றால் அவனால் பொறுத்துக் கொள்ளமுடியாது. மாதுங்காவிற்கு என் மருமகன் வந்து "உங்களை அழைத்துவரச் சொல்லி லலிதா சொல்லி இருக்கிறாள். தயாராக இருங்கள்" என்று செய்தியை அனுப்பி எங்கேயோ அவர் போனார். விஜயனுக்கு அப்பொழுதுதான் கல்கத்தாவில் வேலை கிடைத்தது. அதைப் பற்றி அவன் குருதத்திடம் விவரமாகச் சொல்லவேண்டும் என்று அவன் ஸ்டூடியோவிற்குப் போய்விட்டான். அன்று விடியற்காலையில் இருந்து முழு நாளும் தேகத்திலும், மனதிலும் குழப்பமாகவே இருந்தது. இரவு கண்ட கெட்ட கனவினால் நிம்மதி இழந்திருந்தது. ஆனாலும் அம்மாவுக்கு பரிமாறி, நானும் சாப்பிட்டு, மருமகனுடன் மகன் ஆத்மாரம் வீட்டிற்குப் போனேன். என் மருமகள் மற்றும் அவள் மகனை அழைத்துக்கொண்டு போகவேண்டும் என்ற நோக்கத்துடன் அங்கே போனோம். அவர் வீட்டில் கால்வைக்கும் முன்பே எங்கள் அலுவலகத்தின் மேற்பார்வையாளரின் ஃபோன் வந்தது: "குருதத்துக்கு அதிசயமான நோய் உடனே வாருங்கள்" என்று.

இதைக் கேட்டதும் என் வயிற்றில் நெருப்பை அள்ளிக் கொட்டியது போல இருந்தது. என்ன ஆனாலும் தொப்புள்கொடி உறவுதானே? ஆத்மாராம் உடனே பெத்தார் தெருவுக்குப் புறப்பட்டான். "நானும் வருகிறேன் ஆத்மா" என்றேன். "நான் போய் குருதத் எப்படி இருக்கிறான் என்று சொன்னபிறகு நீ வாம்மா. இப்ப வேண்டாம்" என்றான். வெளியே போகும்போது எதையும் மறக்காதவன் அன்று கார் சாவியை மறந்துவிட்டேன் என்று திரும்பி வந்தான். இது ஏனோ நல்ல சகுனமல்ல என்று எனக்குப்பட்டது. அவன் போனபிறகும் அந்தப் பக்கத்திலிருந்து எந்த செய்தியும் வரவில்லை. என் நிலைமை நெருப்பின் மேல் நிற்பதுபோல இருந்தது. இடைவிடாமல் தவித்துக்கொண்டிருந்தேன். அன்று கிரிக்கெட் பந்தயம் நடந்துகொண்டிருந்தது. டேக்ஸிகள் கிடைப்பது அரிது. வெகு நேரத்திற்குப் பிறகு ஒரு டேக்ஸி கிடைத்தது. மாதுங்கா போய் வேலைக்காரி கங்கூவிடம் "குருதத்திற்கு மிகவும் உடம்பு சரியில்லை. நான் இப்பொழுது அங்கே போகிறேன். விஜயன் வந்தால் அங்கே அனுப்பு" என்று சொல்லிப் புறப்பட்டேன். டேக்ஸியிலிருந்து இறங்கியவுடன் அங்கே வேலை செய்யும் சப்பண்ணாவின் முகத்தைப் பார்த்ததும் கைகால் ஓடவில்லை. எப்படி மாடிப் படிகளை ஏறிப் போனேனோ தெரியாது! கதவு பாதி திறந்திருந்தது. நான் உள்ளே போனதும் ஆத்மாராம் வந்து கையைப் பிடித்து "அம்மா, எல்லாம் முடிந்துவிட்டதம்மா...." என்று மட்டும் சொல்லி விக்கிவிக்கி அழுதான். எப்படியோ சகித்துக்கொண்டு நான் குருதத் அறைக்குள் போனேன்.. அவன் படுத்திருந்ததைப் பார்த்தால், அவனுடைய சாந்த முகம், அந்த முகத்தில் இன்னும் இருந்த தேஜஸைப் பார்த்து அவன் உயிர் பிரிந்துவிட்டது என்று தோன்றவில்லை. ஒருமுறை அவன் முகம் கைகால்களைத் தொட்டுப் பார்த்தேன். பனிக் கட்டியைப்போல குளிர்ச்சியாக இருந்தது. என் அண்ணனின் மகன் ஜெயகோபால் அங்கேயே நின்றிருந்தான், அவனை அசைத்து, "ஜெயா, என் குருதத்தை எங்கே அனுப்பிவைத்தாயாப்பா? சொல். சும்மா எதற்கு நின்றிருக்கிறாய்?" என்று உரத்த குரலில் அழுதேன். அப்பொழுது "அக்கா, விடியற்காலையில் நம் குருதத்தின் உயிர் பிரிந்திருக்க வேண்டும். வெகு நேரம் கடந்துவிட்டதால் அவனைக் காப்பாற்ற முடியவில்லை. எல்லாம் கைமீறிப் போனது" என்று சொல்லி என்னை உட்காரவைத்தான். நான் சரிந்து குருதத் காலுக்கு அருகிலேயே அமர்ந்தேன். எவ்வளவு நேரம் உட்கார்ந்திருந்தேனோ தெரியவில்லை. கீதா மார்பில் அடித்துக்கொண்டு உரக்க

அழுதுகொண்டிருந்தாள். பிறகு சினிமாத் துறை பிரபலங்கள், உறவினர்கள், மற்ற நண்பர்கள் உள்ளே வரத் தொடங்கினார்கள். ஆத்மாராம் என் கையைப் பிடித்து மற்றொரு அறைக்கு அழைத்துச் சென்றான். போகும்பொழுது ஒருமுறை குருதத்தை கண் நிறையப் பார்த்து, அறையில் இருந்த அவன் பொருட்களைப் பார்த்தேன். தலைக்கு அருகில் ஒரு கிளாசில் தண்ணீர், மற்றொன்றில் பானம் இருந்தது. பாதி படித்து முடித்த புத்தகம் அப்படியே திறந்திருந்தது. அவன் இரண்டு கைகளும் கும்பிடுவதுபோல மார்பின் மேல் இருந்தது. நீனா இரண்டு வயதுக் குழந்தை "பப்பா...பப்பா...!" என்று அப்பாவின் மேல் விழுந்து புரண்டு கொண்டிருந்தாள். பிறகு வரிசையாக என் மகள் லலிதா, மருமகன் கோபாலகிருஷ்ணன், மகன் விஜயன், தேவதாஸ் வந்தார்கள். தருண், அருண் பள்ளிக்குப் போயிருந்தார்கள். அங்கே ஏதோ 'ஆங்கில கார்ட்டூன் படம்' அவர்களுக்குப் போட்டுக் காட்டிக் கொண்டிருந்தார்களாம். என் மருமகன் போய் அவர்களை அழைத்து வந்தான். தருண் பத்து வயதுக்காரன். வந்தவன் அப்பாவின் பக்கத்திலேயே அழுதுகொண்டு உட்கார்ந்தான். அப்பா - பிள்ளையின் இந்த அன்பைப் பார்த்து, நெருக்கத்தைப் பார்க்கும் எவருக்கும் நெஞ்சை கலங்கவைக்கும்.

ஆத்மாராம் வந்து "அம்மா, குருதத்தின் உடலை போஸ்ட்மார்டமுக்காக மருத்துவமனைக்கு எடுத்துச் செல்கிறோம்." என்று சொன்னான். நான் "வேண்டாம்" என்று அழுது வேண்டினேன். அதற்கு அவன் "அம்மா, குருதத் உன்னவன் ஆனாலும், எல்லோருக்கும் சேர்ந்தவன். அவன் சாவு இப்போது சந்தேகத்திற்குள்ளாகி இருக்கிறது. அவன் மரணம் எந்தக் காரணத்தால் ஏற்பட்டது என்று தெரியாமல் டாக்டர் டெத் சர்டிஃபிகட் தரமாட்டார். அது இல்லாமல் அடுத்த காரியங்களை நிறைவேற்ற முடியாது. அமைதியாக இரு அம்மா. சரி என்று சொல்" என்று ஆறுதல் சொன்னான்.

நான் மனதைக் கல்லாக்கிக்கொண்டு ஒரு மூலையில் போய் உட்கார்ந்தேன். அதற்குள் எல்லா சினிமா நடிகை - நடிகர்களின் கூட்டம் கூடியது. எல்லோர் கையிலும் பூமாலை. அவன் ஸ்டூடியோ ஆட்கள் எல்லாம் வந்தார்கள். நெருங்கியவர்கள், தெரிந்தவர்கள், இல்லாதவர்கள் எல்லாம் வந்து அங்கே நிறைந்தார்கள். அறுத்து உருமாறிய அந்த உடலை வீட்டிற்கு எடுத்துவந்தவுடன் என்னால் அங்கே நிற்க மனம் வரவில்லை. எந்தக் கையால் பால், சோறு ஊட்டி வளர்த்தேனோ அதே கையால் சிதைந்து செயலிழந்து

உயிரில்லாமல் கிடக்கும் அந்த தேகத்தின் மேல் நானும் ஒரு பூமாலையை வைத்து கடைசி வணக்கத்தை (தாயானவள் செய்யக்கூடாது, உண்மை, ஆனாலும்) செய்து “ஆண்டவா, இந்த ஆத்மாவுக்கு இப்பொழுதாவது சாந்தியைக் கொடு” என்று மனதார வேண்டிக்கொண்டேன்.

வாழ்க்கையில் வரும் சுக துக்கங்கள், மானசீகக் கவலைகள், சிரமங்கள் எல்லாவற்றையும் முழுங்கிய அந்த அமைதியான முகம் இனி இல்லை. இவற்றில் இருந்து வெளியேறினானே அதுவே போதும் என்றும் சில சமயம் தோன்றும். எவ்வளவுதான் தேவை என்றாலும் நசிந்துபோன இந்த உடலை வைத்துக் கொள்ளமுடியுமா? பிறப்பிற்கு இறப்பு இருப்பதுதான். அவரவர் வேலைகள் முடிந்ததும் ஏதாவது ஒரு காரணத்தால் எல்லோரும் ஒருநாள் இல்லை ஒருநாள் போகத்தான் வேண்டுமல்லவா? என்று அலையும் மனதை கட்டுப்படுத்திக்கொண்டு அந்த இடத்தை விட்டு மகள் வீட்டுப் பக்கம் புறப்பட்டேன். கீழே குருதத்தின் இறுதிச் சடங்குகளுக்கான ஏற்பாடுகள் நடந்துகொண்டிருந்தன. நான் அந்தப் பக்கம் பார்க்கத் துணிவில்லாமல், தலையைத் தொங்கப் போட்டுக்கொண்டு, மருமகன் காரில் அவர் வீட்டிற்குப் போனேன். அப்துல் ஹலீம் வீட்டிற்கு போய் குருதத் ஆத்மாவிற்கு சாந்தி கிடைக்கட்டும் என்று பைரவி ராகத்தை வாசித்து ‘அல்லா’ விடம் பிரார்த்தித்தானாம்.

எல்லாக் காரியங்களையும் முடித்துக்கொண்டு மகள் வீட்டிற்கு வந்தாள். வந்தவுடன் என்னவெல்லாம் நடந்தது, விவரமாகச் சொல்? என்று நச்சரித்தேன். சொன்னாள்: “அம்மா, என்ன சொல்ல? குருதத்தை குளிப்பாட்டி, பலவகையான வாசனைப் பொருட்களை தேகத்தில் பூசி, அவனுக்குப் பிடித்தமான சூட்டையும், காலுரை, ஷூவையும் போட்டு, அலங்காரம் செய்து, பூமாலைகளைப் போட்டார்கள். தேகம் முழுவதும் பூவால் நிறைந்து மறைந்து, முகம் மட்டுமே தெரிந்தது. கடவுள் பாட்டுக்களைப் பாடும் குழு முன்னால் போக, லாரி மெல்ல பின்னால் நகர்ந்தது. சோனாபுரியை அடைந்ததும் பல போட்டோக்களை அங்கேயும் எடுத்தார்கள். அங்கே இருந்த மின்மயானத்தில் தேகம் இரண்டே வினாடியில் பஸ்மாமானது, கனவிலும் என்றும் நினைக்காத அந்த விபத்தை எப்படி சகித்துக்கொள்வது அம்மா!” என்று சொல்லி என்னைக் கட்டிப் பிடித்துக்கொண்டு அழுதாள்.

அன்று இரவு ரேடியோ மூலமாக அந்த துயரச் செய்தியை திரும்பத் திரும்ப அறிவித்தார்கள்.

டிசம்பர் மாதம் குருதத் கல்கத்தாவின் பிரபல நடிகையான கானனபாலா என்பவளுடன் 'ஸ்ரீகாந்தா' - சரத் சந்திராவின் புனைக்கதையைத் தழுவிய படத்தில் நடிகனாக வேலை செய்யும் ஏற்பாடுகளும் நடந்து முகூர்த்தமும் நடந்தது.

பாலிஹில்லில் பங்களாவை இடித்துக் கட்டும் வேலையைத் தொடங்கி முடிக்காமல் அத்துடன் விட்டுவிட்டு, பல படங்களைத் தொடங்கி முடிக்காமல் கைவிட்டு, தன் ஓய்வு இல்லமான லோனாவாலாவை அங்கேயே விட்டு விட்டு, தகராறு செய்யும் தன் மனைவியை விட்டு விட்டு, அன்பான பிள்ளைகளைப் பார்க்காமல், அவனுக்காக எப்பொழுதும் கவலைப்படும் அம்மாவை கண்டுகொள்ளாமல், இருப்பதை எல்லாம் அப்படியே போட்டு விட்டு, ஏதோ அவசர வேலை இருப்பவனைப்போல திடீர் என்று திரைக்குப்பின்னால் மறைந்துவிட்டான் என் மகன் குருதத்! என்ன, இப்போது வெளியே போனவன் திரும்பிவிடுவான் என்று காத்துக்கொண்டிருப்பவர்களைப் போல சினிமாத்துறை திறந்தே கிடக்கிறது. மறைந்துபோன குருதத்தை கானனபாலா இனி என்றும் பார்க்கமுடியாது!

குருதத் தற்கொலை செய்துகொண்டானா? இல்லை யாராவது கொன்றுவிட்டார்களா? அல்லது இயற்கையான மரணத்தையே அடைந்தானா? என்ற சந்தேகம் என்னை இன்றைக்கும் வதைக்கிறது.

அன்று படப்பிடிப்பு கேன்சல் ஆகி இருந்தது. ராஜகபூரை வீட்டிற்கு அழைத்திருந்தான். ரெக்கார்டிங் இருந்தது. இரவு சமையல் செய்து வைத்துவிட்டு, 'பஹாரே பிர் பி ஆயேங்கே' என்ற படத்தின் கிளைமேக்ஸ் காட்சியை எழுத அப்ரார் அலி இரவு இரண்டு மணிவரை இருந்தார். இரவு பத்து மணி சுமாருக்கு கீதா - குருதத்துக்கு இடையே பிள்ளைகளைக் குறித்து மிகப் பெரிய தகராறு நடந்திருந்ததாம். அவள் பிள்ளைகளை அனுப்ப முடியாது என்றது, குருதத்தின் இளகிய மனதைப் பாதித்திருக்க வேண்டும். அந்த வேதனையைத் தாங்கமுடியாமல் அதிகமாக குடித்தானாம். அதற்கும் மேல் தூக்க மாத்திரைகளையும் போட்டுக்கொண்ட அறிகுறிகள் இருந்தன.

10 அக்டோபர் காலை பத்து மணிக்கு, எப்பொழுதும் குருதத்தை உதாசீனப்படுத்தும் கீதா "குருதத் இன்னும் ஏன் எழவில்லை? மூடிய கதவை உடைத்து உள்ளே போய்ப் பாருங்கள்" என்று ஃபோன் செய்ததால் ஆட்கள் கதவை உடைத்து, பார்த்து, நடந்த செய்தியை அவளுக்குத் தெரிவித்தார்களாம். எதற்காக அவள் அப்படி முன்பே கேட்டாள்? இது ஒரு கேள்வி இரகசியமாகவே இருக்கிறது. நடந்துபோனதற்கு வருத்தப்பட்டு பயனில்லை என்பது உண்மை, ஆனால் இந்த கெட்ட நிகழ்வை மறப்பது எப்படி? அதுமட்டுமல்லாமல் கொரொனரா ரிப்போர்ட் கொடுக்க ஆறுமாத காலாவகாசம் எடுத்துக்கொண்டதற்கான காரணம்?

***

குருதத்தின் வாழ்க்கை நிகழ்வுகள்:

1. பிறப்பு: 9 ஜூலை 1925.
2. கல்வி: கல்கத்தா பல்கலைக்கழகத்தின் மெட்ரிக்குலேஷன், 1941.
3. நாட்டியப் பயிற்சி: 1942 லிருந்து 1944 வரை. திரு உதயஷங்கர் கலா சங்கம், ஆல்மோரா.

சினிமாத் துறைக்கு நுழைவு:

1. 1944: பிரபாத் ஃபிலம் கார்போரேஷன், புனே.
2. 1945: 'லகராணி' (பிரபாத்) - லக்ஷ்மணனின் பாத்திரம் - இயக்கம்: திரு விக்ரம் பெடேகருடன் உதவி இயக்குனர்.
3. 1946: 'ஹம் ஏக் ஹை' (பிரபாத்) - நாட்டிய இயக்கம்: திரு சந்தோஷியுடன் உதவி இயக்குனர்.
4. 1947: 'மோகனா' - பேமாஸ் பிக்சர்ஸ் - திரு ஏ. பேனர்ஜியுடன் உதவி இயக்குனர்.
5. 1949: 'கர்ல்ஸ் ஸ்கூல்' லோகமான்யா தயாரிப்பு - திரு அமியா சக்ரவர்த்தியுடன் உதவி இயக்குனர், (படத்தின் முதல் பாதி மட்டும்).
6. 1950: 'சங்க்ராம' -பாம்பே டாக்கீஸ் - திரு ஞானமூர்த்தியுடன் உதவி இயக்குனர். (படத்தின் முதல் பாதி மட்டும்)
7. 1951: 'பாஜி' - நவகேதான் நிறுவனம் - முதல் முறையாக சுதந்திர இயக்குனர். திரு பாலராஜா சகாணியுடன் திரைக்கதை- கதை- இயக்கம்.

8. 1952: ‘ஜால்’ - ஃபிலிம் ஆர்ட்- இயக்கம், முதல் முறையாக கதாநாயகன்.

9. 1953: ‘பாஜ்’ எச்.ஜி. ஃபிலம்ஸ் - தயாரிப்பு - நிறுவனம் தொடங்கியது- தயாரிப்பாளர் - இயக்குனர்- கதாநாயகன்.

10. 1954: ‘ஆர்-பார்’ குருதத் ஃபிலம்ஸ் - தயாரிப்பு - நிறுவனம் தொடங்கியது - தயாரிப்பாளர் - இயக்குனர் - கதாநாயகன்.

11. 1955: ‘மிஸ்டர் அண்ட் மிஸ்ஸெஸ்’ குருதத் ஃபிலம்ஸ் - தயாரிப்பாளர், இயக்குனர், கதாநாயகன்.

12. 1956: ‘சி ஐ.டி.’ குருதத் ஃபிலம்ஸ் - தயாரிப்பாளர்.

13. 1956: ‘சைலாபா’ எமர் ஃபிலம்ஸ் - இயக்குனர்.

14. 1957: ‘பியாசா’ - குருதத் ஃபிலம்ஸ் - தயாரிப்பாளர்- இயக்குனர் - கதாநாயகன்.

15. 1958: ‘பாரா பஜே’ - சிபி ஃபிலம்ஸ் பி.லி. - கதாநாயகன் - இயக்குனர்.

16. 1959: ‘காகஜ் கே பூல்’ - குருதத் ஃபிலம்ஸ் - முதல் இந்திய சினிமாஸ்கோப் படம். கருப்பு - வெள்ளை. தயாரிப்பாளர், இயக்குனர், கதாநாயகன்.

17. 1960: ‘சௌதவி கா சாந்த்’ -குருதத் ஃபிலம்ஸ் - தயாரிப்பாளர் - கதாநாயகன்.

18. 1962: ‘சாஹிப் பீபி அவுர் குலாம்’ - குருதத் ஃபிலிம் - தயாரிப்பாளர்- கதாநாயகன்.

19. 1962: ‘சௌதேலா பாயி’ - அலோக் பாரதி நிறுவனம்- கோகுல - நடிப்பு - இயக்கம்.

20. 1963: ‘பஹூராணி’ - மீனா பிக்சர்ஸ், மதராஸ் - கதாநாயகன் - இயக்குனர்.

21. 1963: ‘பரோசா’ - வாசு ஃபிலம்ஸ், மதராஸ் - கதாநாயகன்.

22. 1964: ‘சாஞ்ச் அவுர் சவேரா’ - எஸ். ஜி. ஃபிலம்ஸ் - கதாநாயகன்.

23. ‘சுஹாகன்’ - ஏ.எல்.எஸ். பிரடக்ஷன், மதராஸ் - கதாநாயகன்.

24. இறப்பு: 10, அக்டோபர், 1964.

முடிவடையாத படங்கள்:

1. பிரோஃபஸ்சர்
2. ராஜூ

3. கௌரி - வங்காளம் மற்றும் ஆங்கிலம்: சினிமாஸ்கோப்
4. எக் துவு சுவா - வங்காளம்
5. கணீஜா - வண்ணப் படம்

குருதத் மறைவிற்குப் பின் முழுமையடைந்த படங்கள்:

1. 'பஹாரே பிர் பி ஆயேங்கே' - குருதத் ஃபிலம்ஸ் - தம்பி ஆத்மாராம் இயக்கம் : தேமேந்திரா கதாநாயகன்.
2. 'லவ் அண்ட் காட்' - கே. ஆசீப் தயாரிப்பு - மஜனூ வேடத்திற்கு குருதத் தேர்வு, ஆனால் அவர் மறைந்துவிட்டதால் சஞ்சீவ் குமார் அந்த வேடத்தில் நடித்தார்.

***